நகலிசைக் கலைஞன்

நகலிசைக் கலைஞன்
ஜான் சுந்தர் (பி. 1973)

கோவையில் 'இளைய நிலா' என்னும் மெல்லிசைக் குழுவையும் 'பாட்டுப் பட்டறை' என்னும் இசைப் பள்ளியையும் நடத்திவருகிறார். 'டமருகம்' கற்றல் மையத்தில் குழந்தைகளுக்கான நுண்கலைப் பயிற்சிப் பட்டறைகளை ஒழுங்கு செய்கிறார். 'சொந்த ரயில்காரி', 'பிஸ்கட் நிலாக்கள்', 'ரவிக்கைச் சுகந்தம்' ஆகிய கவிதை நூல்களுடன் 'பறப்பன திரிவன சிரிப்பன' சிறுகதை நூலும் இதுவரை வெளியாகியுள்ளன.

தொடர்புக்கு: ilayanilajohnsundar@gmail.com

ஜான் சுந்தர்

நகலிசைக் கலைஞன்

காலச்சுவடு பதிப்பகம்

அன்பார்ந்த வாசகருக்கு,

வணக்கம்.

காலச்சுவடு நூலை வாங்கியமைக்கு நன்றி.

நூலின் உள்ளடக்கம், உருவாக்கம், அட்டைப்படம் இன்ன பிற அம்சங்கள் பற்றிய உங்கள் கருத்துகளையும் ஆலோசனைகளையும் காலச்சுவடு வரவேற்கிறது. தகவல், எழுத்து, வாக்கியப் பிழைகள் தென்பட்டால் கட்டாயம் தெரிவித்து உதவுங்கள். நூல் தயாரிப்பில் கடும் குறைபாடு இருப்பின் மாற்றுப் பிரதி உங்களுக்குக் கிடைக்கக் காலச்சுவடு ஏற்பாடு செய்யும்.

மின்னஞ்சல்: **publisher@kalachuvadu.com**

காலச்சுவடு நாகர்கோவில் அலுவலகத்திற்குக் கடிதம் அனுப்பலாம்.

தங்கள்
எஸ்.ஆர். சுந்தரம் (கண்ணன்)
பதிப்பாளர் — நிர்வாக இயக்குநர்

நகலிசைக் கலைஞன் ❖ அனுபவக் கட்டுரைகள் ❖ ஆசிரியர்: ஜான் சுந்தர் ❖ ©வே. ஜான் டிக்ரூஸ் ❖ முதல் (குறும்) பதிப்பு: ஆகஸ்ட் 2016, பன்னிரண்டாம் பதிப்பு: மே 2024 ❖ வெளியீடு: காலச்சுவடு பப்ளிகேஷன்ஸ் (பி) லிட்., 669, கே.பி. சாலை, நாகர்கோவில் 629001

nakalicaik kalaiñan ❖ Memoir ❖ Author: John Sundar ❖ ©V. John Dicruce ❖ Language: Tamil ❖ First (Short) Edition: August 2016, Twelth Edition: May 2024 ❖ Size: Demy 1 x 8 ❖ Paper: 18.6 kg maplitho ❖ Pages: 144

Published by Kalachuvadu Publications Pvt. Ltd., 669 K.P. Road, Nagercoil 629001, India ❖ Phone: 91-4652-278525 ❖ e-mail: publications @kalachuvadu.com ❖ Printed at Clicto Print, Jaleel Towers, 42 KB Dasan Road, Teynampet Chennai 600018

ISBN: 978-93-5244-056-6

05/2024/S.No. 733, kcp 5134, 18.6 (12) 1k

கிதார் இளங்கோ * பாடகர் கலைச்செல்வன்
டிரம்மர் டேரல் * எலைட்ஸ் டேவிட் சார்
கடசிங்காரி நாகராஜ் * பாடகர் மோகன்தாஸ்
பலகுரல் கலைஞர் நீலமலை மகேந்திரன்
ஆகியோரின்
சாகாத நினைவுகளுக்கு

பொருளடக்கம்

நன்றி	11
என்னுரை: உப்பும் சர்க்கரையும்	13
நமஸ்காரம் ராமேட்டா!	19
ரத்து	28
ஏன்டி முத்தம்மா	35
ரஜினி ராக்கெட்	43
ராகதீபம் ஏற்றும் நேரம்	46
ஜெய் இன்டிகேட்டர்	56
துயில் நீங்கும் படலம்	63
பூக்கமழ் தேறல்	69
நாப் பிறழ்வு	82
இசைக் குறிப்புகள்	89
ஆகத நாதம்	95
இங்கிலீஷ் பட்டாம்பூச்சி	102
பதாகை	107
யாழ்ப்பாணன்	111
பட்டப்பெயர்கள்	117
மேக்கரீனா	122
பயபக்தி	126
அல்மல்மா	129
புளிசேரி	134
திம்ஸு	139

நன்றி

சுந்தர் என்கிற வைத்தியநாதன் மற்றும் சபரினா இசைக் குழு, சூரிகணேஷ், கிரி, மைக்கேல், மெலடி சாங்ஸ் இசைக் குழு, சதீஷ், சிறுமுகை தேவ், சிம்பொனி ஆர்கெஸ்ட்ரா, சீனிவாசன், கென்னடி, வின்சென்ட், மணி, ஜெயகாந்தன், ஆன்டணி, ராஜு, நீலாம்பரி இசைக் குழு, டிரம்மர் ரமணி, தபேலா ஜேப்பி, ஃப்ளூட் ஆனந்த், டி.எம்.எஸ். குமார், டோனி, டேவிட், மிமிக்ரி சுரேஷ், எட்வின், முருகன், வேட்டை சிவா, சிவா, நிஷா, சுதா, ரமா, வேன் ரெக்ஸ், வள்ளிமுத்து, ஈஸ்வரன், பொன்ராஜ், மனோகர், குருவான், சுபன், பினில், மதி ஆடியோ, சடை பாலன், கார்த்தி, கருங்கார்த்தி, மகரிஷி, பினாமி, திருப்பூர் சுந்தரராஜன், சுபராகம் இசைக் குழு, செல்வம், கௌதமச்சந்திரன், செல்வி, தப்லா மணிகண்டன், டோலி குமார், ப்ரூஸ், யானிதேஷ், மல்லிச்சேரி, குமாரசாமி, ராஜாபாரதி, ஆனந்தராகம், ராமச்சந்திரன், ரவிசங்கர், ராஜேஷ் மியூசியானோ, பிரகாஷ், ரமேஷ், ராஜேஷ், ஸ்ரீராம், எலைட்ஸ் ஆர்கெஸ்ட்ரா, தபேலா ஸ்டீபன், குழந்தைவேலு, டிலைட் ரமேஷ்ராஜா, ஸ்ட்ரிங்ஸ் ஆர்கெஸ்ட்ரா, சாம், ரெயின்போ தாஸ், ரவி, ரஜினி ரவி, கொச்சேட்டன், ஜனரஞ்சனி, சாந்தி, வடிவேல், செல்வம், சில்வர் ஸ்டார், விபுலானந்தன், ராஜாமணி, சிவா மெலடீஸ் சிவா, ‘வெள்ளை’ சாம், ரோகிணி, பெரிய சுரேஷ், சின்ன சுரேஷ், நவ்ஷாத், பிரதீப், கோவை குணா, தபேலா பூபதி, சுபா, குமார், சதீஷ், மார்டின், ஃப்ளோரா, பேட் ஜான், கருணா, ப்ரியா, ராம், லக்ஷ்மண், பெரிய அபு, சின்ன அபு,

பத்மா, லக்ஷ்மி நாராயணன், கனகு, ஜெகதீஷ், ரெஜினா பாபு, மிமிக்ரி அஷோக், காஜாபாய், ஜலீல்பாய், தீன்பாய், தபேலா ராஜ் மோகன், கோகுல்நாத், பானு, பாஷாபாய், தர்மராஜ், செய்யது, ரஷீத்பாய், விஜயாஹரி, டிரம்மர் இளங்கோ, கண்ணன், ரஹூப் பாய், புல்லாங்குழல் மோகன், மேஸ்ட்ரோ நடராஜ், உடுமலை பாஸ்கரன், புல்லாங்குழல் பெருமாள், பேட் ஜான், ஆடியோ பென்னட் உள்ளிட்ட மேடை மெல்லிசைக் கலைஞர்கள் – கோவை மாவட்டம்.

இனியவரம், தேவ. சீனிவாசன், மரபின் மைந்தன் முத்தையா, வண்ணதாசன், சுகா, இசை, சாம்ராஜ், ரவீந்திரன், கே.என். செந்தில், ஸ்ரீபதி பத்மநாபா, பூக்குட்டி கண்ணன், கவிஞர் மகுடேசுவரன், கவியன்பன் பாபு, பொன். வாசுதேவன், தண்டபாணி, கதிர்பாரதி, மீனா, மஹேஸ்வரி சற்குரு, வேல்கண்ணன், சூரியநாராயணன்.

உப்பும் சர்க்கரையும்

சேர சோழ பாண்டிய மன்னர்கள் மூவருக்கும் ஔவையார் ஓரிடத்தில் விருந்து வைத்ததாகவும் அதனால் அந்த ஊருக்கு 'மூவர் விருந்தாளி' எனப் பெயர் வந்ததாகவும் அது மருவி 'மூவிருந்தாளி'யாகிவிட்டதாகவும் சொல்வார்கள். அப்பாவின் ஊர் அது. அப்பா வேலுச்சாமி, தமிழர். ஆனைமேல் அய்யனார் குலதெய்வம். 'ரட்சிக்கணும் தேவமாதாவே' என்று அடிக்கடி சொல்கிற அம்மா மரியங்குட்டி என்கிற மரியம் மலையாளக் கிறிஸ்துவர். அப்பா வகையில் காந்திபுரத்திலிருந்து புறப்படும் திருநெல்வேலி திருவள்ளுவர் வண்டி, மாசிப்படப்புத் திருவிழா, அதில் வெட்டப்படும் ஆடுகள், அவற்றின் நிலைத்த கண்கள், ஆச்சி சுப்பம்மா தரும் இனிப்பும் புளிப்புமான பானகம், அவளது தண்டட்டி, கம்மங்களி, மோர் மிளகாய், தண்ணீரை உதைத்தால் கரையில் துள்ளும் குளத்து மீன்கள், பேச்சிமுத்துத் தாத்தா பெட்டிக்கடையிலிருந்த விநாயகர் பொம்மை சூட டப்பாக்கள், அவர் வைத்துவிடும் திருநீறு, தம்ளர்களில் நிறைத்த தானியத்தைக் கொடுத்துவிட்டுத் தின்பண்டங்கள் வாங்கிப்போகும் எஞ்சோட்டுப் பையன்கள், மூவிருந்தாளியிலிருந்து வன்னிக்கோனேந்தல் சின்ன ஆச்சி வீடு வரையிலும் தனது வலிய தோள்களில் என்னைச் சுமந்துகொண்டு நடந்த சுப்பையா சித்தப்பா, அவரது திருவிழாப் பலகாரக் கடை, சித்தி வைக்கும் கோழிக்குழம்பு, தங்கை காளியம்மாளின் 'எண்ணே' விளிப்பு, தம்பி குமாரின் வெள்ளைச் சிரிப்பு, சங்கரன் மாமாவின் சோசியம்,

அத்தை மகள் பேச்சியின் ‘அய்த்தானோவ்’, சுப்பிரமணி மாமா டீக்கடை, அவரது கல்வீடு, அத்தையின் ‘எய்யாச் சாப்பிடுதியா’, மருதமலை முருகனின் ராஜலங்காரம், பழனி மொட்டை, சண்முக நதிக் குளியல் உள்ளிட்டவையும் அம்மா வகையில் அந்தோணியார் கோவில் நேர்ச்சை உப்பு, மிளகு, ‘ஜோஸை’ மாமா செய்யும் ஆளுயரக் கிறிஸ்துமஸ் நட்சத்திரக்கூண்டு, அதன் மண்ணெண்ணெய் விளக்கு மாடம், கப்பியால் மாமா அதை ஏற்றும் விதம், அம்மம்மாவின் ‘பண்டாரடங்ங’ என்கிற வசை, சக்கைப்பழக் கத்தியில் தடவப்படும் தேங்காயெண்ணெய், கல்லும்மக்கா, ஏட்டை மீன் மண்டைக்குழம்பு, திராட்சைக் கொத்து போன்ற அதன் முட்டைகள், வாங்கும்போது மயில் கழுத்து நிறத்திலிருந்து தட்டுக்கு வரும்போது செம்பழுப்புக்கு மாறிவிடுகிற கடல்நண்டு, மரவள்ளி, மண்சட்டி மத்தி மீஞ்சாறு, அன்னமேரி என்கிற தங்காப் பெரியம்மா வெட்டித்தந்த பழங்கள், அவற்றால் முழங்கை வரையிலும் மொய்த்த ஈக்கள், கிண்ணத்தப்பம், தேங்காய்ப் புட்டு, மாதா பீடத்தில் வைக்கப்படும் வீட்டுச்செடிகளில் பூத்த முதல் பூ, விளைந்த முதல் காய், குருத்தோலைச் சிலுவைகள், ஜெபமாலை, துக்க வெள்ளியின் காலை உணவாக அம்மம்மா பறித்துத் தரும் பாவைக் கொடியிலையின் கசப்பு, மதியத்துத் துக்கக்கஞ்சி, வர்கீஸண்ணன் கல்யாணத்தில் கொடுக்கப்பட்ட மதுரம், பெரியக்கா ரோஸ்மேரியின் இன்னும் நரைக்காத தலைமுடி, டேலியாப் பூக்கள், சின்னக்கா சகாயம் வரமிளகாய் வழியாகக் காதில் ஊற்றும் காய்ச்சிய எண்ணெய்யின் காரச்சூடு, வேளாங்கண்ணி மொட்டை, கடல் குளியல், பொறுக்கிய சிப்பிகள், கோவைப் புதூர் குழந்தை யேசுவுக்கு வாங்கிப்போகும் சர்க்கரை, பொட்டுக்கடலை போன்றவையுமான இரு வேறான கலாச்சாரங்களுக்கு நான் ஆசிர்வதிக்கப்பட்டிருந்தேன். ‘செம்மீனும் கட்டபொம்மனுமான’ சேர்மானம் அது. அப்பா, அம்மா இரண்டு பேருக்கும் பிடித்த விஷயங்களில் முக்கியமான இடத்தை ‘சினிமாப் பாட்டு’ பிடித்திருந்தது. அப்புறம் அது எங்களையும் பிடித்தது. எட்டாம் வகுப்புப் படித்துக்கொண்டிருந்த எல்சிக்கா தனது தமிழ்ச் செய்யுள் நோட்டுப்புத்தகத்தில் ‘கண்ணுக்கொரு வண்ணக்கிளி காதுக்கொரு கானக்குயி’லை எழுதி வைத்திருந்தாள்.

காட்டூர் கிறிஸ்து அரசர் ஆலயத்தின் பங்குத்தந்தை அந்தோணிமுத்து, இருபதில் ஒருவனாகப் பாடற்குழுவில் சேர்த்துக் கொண்டார். ஒத்திகையில் பாதிரியார் ‘என் ஆயர் ஆண்டவர் எனக்கென்ன குறைவு’ என்று ராகத்தோடு பாடிக் காட்டுவார். அதைப் பிடித்துக்கொண்டு அதே போலப் பாடிக்காட்ட

வேண்டும். தப்பானால் கொட்டு விழும். பாடும்போது அவரது அங்க சேஷ்டைகளோடு அவரது குரலையும் முயற்சிசெய்து பாடுவேன். புன்னகைத்தபடி நகர்ந்துவிடுவார். அப்போதெல்லாம் விவிலிய நாடகங்களில் நடிப்பதில் ஆர்வமாயிருந்த என்னைப் 'பாட்டுக்காரன்' என்று சொல்லி வலுக்கட்டாயமாக அதை நம்பச்செய்தார்கள் ரெஜினா சிஸ்டரும் சுந்தரும்.

'தானியங்கி மின்னியல்' பட்டயப் படிப்பின்போது பகல் முழுவதும் 'தொழிற்படு வகுப்பு' என்கிற பெயரில் பணிமனையில் வேலை செய்ய வேண்டும். மாலைகளில் 'கருத்தறி வகுப்பு'களில் குறிப்பெடுத்துக்கொள்ள வேண்டும். மாலை வகுப்பில் ஒரு நாள் மின்வெட்டு. ஆசிரியர் குமாரசாமி 'யாராவது ஒரு பாட்டு பாடுங்களேன்' என்று சொல்ல, இருட்டில் தைரியமாக நான் ஒரு பாட்டைப் பாடிவைத்தேன். என் அருகில் அமர்ந்திருந்த சுந்தர் (எ) வைத்தியநாதன் 'அடப்பாவி ஏன்டா இவ்ளொ நாளும் இதச் சொல்லாம இருந்தே? எங்க மாமா ஆர்கெஸ்ட்ரா வெச்சிருக்காருடா' என்க நான் பயந்து மறுத்துவிட்டேன். அவன் அய்யர்வீட்டுப் பையன். நான் இப்போது போலவே அப்போதும் சங்கீதம் கற்றிருக்கவில்லை. எனவே பயந்தேன். சுந்தர் என்னை வற்புறுத்தவும் அவனைத் தவிர்க்கலானேன். என்னுடைய கூச்சத்தைப் புரிந்துகொண்ட சுந்தர், சாந்தி தியேட்டருக்கு சினிமாவுக்குக் கூட்டிப்போனான். டிக்கெட்டெல்லாம் வாங்கிய பின்பு 'பக்கத்தில் மாமா ஆஃபீஸுக்குப் போயிட்டு வருவோம்' என்றான். வழக்கமாக அலுவலகப் பெயர்ப்பலகைகளில் குழுமம், ஏஜென்சீஸ், & கோ, & சன்ஸ் லிட்., என்றெல்லாம்தானே இருக்கும்? எனக்கு ஆச்சரியமான ஆச்சர்யம். சுந்தர் கூட்டிப் போன கோபாலபுரம் ஏரியா முழுவதும் கம்பைன்ஸ், மூவிஸ், பிக்சர்ஸ் என்று இருந்தது. எல்லாம் சினிமா விநியோக நிறுவனப் பெயர்கள். சுந்தர் ஓர் அலுவலகத்தின் முன்னறையில் அமர்த்திவிட்டுப் போயிருந்தான். உள்ளறையை மறைத்திருந்த கார்ட்போர்டுக்கு அந்தப் பக்கத்திலிருந்து கேட்ட கிதார் தந்திகளின் சுரத் தொடர்களால் இருப்புக்கொள்ள முடியாமல் தவித்தேன். எட்டிப் பார்த்துவிடலாமா? வேண்டாம். அநாகரிகம். ஆனால் முடியவில்லை. வெளியே வந்த சுந்தரிடம் 'உள்ளே போகலாமா?' என்று கேட்டேன். நமட்டுச் சிரிப்போடு கூட்டிக்கொண்டு போனான். உள்ளே பாலு மகேந்திராவின் தொப்பி, பிரதாப் போத்தனின் சோடாபுட்டிக் கண்ணாடி, 'உயிரே உனக்காக' மோகனின் மூவண்ணக் கிதார் சகிதமாக ஒருவர் உட்கார்ந்திருந்தார். அவருக்கு எதிரில் இரண்டு பேர் அமர்ந்திருந்தார்கள். மேசைக்கு அந்தப் பக்கம் வெள்ளை ஜிப்பா போட்ட ஒரு சிவப்பு இளையராஜாவைப் பார்த்தேன். சுந்தர் உட்காரச் சொன்னான்.

பாலு மகேந்திராவைக் 'கிரியண்ணன்' என்றான். இளையராஜாவை 'எங்க மாமா சூரிகணேஷ்' என்றான். என் ஆர்வக்கோளாறு விழித்துக்கொள்ளும்வகையில் கிரியண்ணனுக்கு எதிரிலிருந்தவர் 'இளையநிலா'வைத் தப்புத்தப்பாய்ப் பாட நிமிர்ந்து உட்கார்ந்தேன். வலிந்து 'பொன்மாலைப் பொழுது' பாடினேன். கிரியண்ணன் மறுநாள் வீட்டுக்கு வரச்சொன்னார். 'பழமுதிர்சோலை' பாடப் பயிற்சி கொடுத்தார். இரண்டொரு நாட்களில் 'வானவில் – *90*' அரசுக் கலைக் கல்லூரி விழா மேடையில் அறிவிப்பாளர் பெயரைக் கேட்டார். நான் யோசித்தேன். 'அடுத்த பாடலை . . . குழுவின் பாடகர் ஜான் டிக்ரூஸ் . . .' என்று அறிவித்தால் பொருத்தமாகவா இருக்கும்? சுந்தர் நினைவுக்கு வந்தான். அவனுக்கு என்றென்றைக்குமாக நன்றி சொல்வதாகவும் இருக்கட்டுமென்று நினைத்தேன். 'ஜான் சுந்தர்' என்று அறிவித்தார். நடுங்கும் கால்களை உதறிக்கொண்டேன். 'வாழ்த்துக்கள் தம்பி!' என்று சொல்லி மைக்கை என் கையில் கொடுத்தார் சூரியண்ணன். 'எம்பக்கத்துல நின்னுக்கோ. பயப்படாமப் பாடு' என்ற கிரியண்ணன் 'ஒன் டூ த்ரீ ஃபோர்' சொல்ல, என் செட்டைகள் விரிந்தன.

'ஏஹே ஓஹோ லாலலா . . .'

இப்படி இந்த உரையை முடித்துவிட நினைத்திருந்தேன். *இனிய வரம்* என்னும் சிறுபத்திரிகைக்கு நண்பர் தேவ. சீனிவாசன் கச்சேரி அனுபவங்களைக் கட்டுரையாக எழுதித் தரக் கேட்டபோது

'மெல்லிசை மன்னர் எம்.எஸ். விஸ்வநாதன் கைகளைத் தட்டினார்',

'முதல் முறை உடுமலை கணியூரில் பள்ளி மாணவர், பெற்றோர், ஆசிரியர் எனச் சுமார் ஏழாயிரம் பேர் என்னோடு இணைந்து பாடி வரவேற்க இரண்டாம் முறை கோவையில் 'எங்கே ஜான் சுந்தர்?' என்று அப்துல் கலாம் கேட்டார்',

'வைரமுத்து தோளைத் தட்டினார்',

'சிவக்குமார் இருப்புக் கொள்ளாமல் மேடைக்கு வந்து விட்டார்',

என்பதுபோன்ற இதுவரையிலான பராக்கிரமங்களைப் பட்டியலிட்டேன். ஏனோ ஜம்பமடித்துக் கொள்வது குறித்து வெட்கமாயிருந்தது. ஆசிகளைச் சட்டகமிட்டுக் காட்சிக்கு வைத்தேனே, சாபங்களைச் சொன்னேனா - பெருமை பேசுமளவு நெஞ்சைத் திறந்து கீழ்மைகளை அறிக்கையிட்டேனா - என்று

கேட்கிற மனது பாவ சங்கீர்த்தனம் பண்ணச் சொல்கிறது. அதன் பார்வைக்குக் கண்ணீர்த்துளி மின்னுமளவு என்றென்றைக்குமாக பதக்கங்கள் மின்னுவதில்லைதானே?

"பள்ளிப்பாடம் 'ஜோஸப்'பின்டே தரவாடு" என்று சொல்வார் கொச்சு த்ரைஸா. தெரஸா என்பதை த்ரைஸா என்றுதான் அவர் சொல்வார். கோயம்புத்தூர் பெரியாஸ்பத்திரிக்குத் தனக்கு வைத்தியம் பார்க்க வந்த பவுலோஸ், கர்ப்பஸ்த்ரீயான தனது மனைவி த்ரைஸாவுடன் மகனையும் மகளையும் உடனழைத்துக் கொண்டு வந்திருக்கிறார். வந்த இடத்தில் மனுஷன் செத்துப்போவாரென்று யாருக்குத் தெரியும். என்ன செய்ய வேண்டுமென்பது தெரியாத த்ரைஸாவுக்கு அழுது தீர்க்கவே சரியாக இருந்திருக்கிறது. அருகிலிருந்த எளிய மனிதர்கள் அடக்கம் செய்துவிட்டு அடைக்கலம் கொடுத்திருக்கிறார்கள். 'எந்த ஊருன்னுகூடச் சொல்லத் தெரியலையா ஒனக்கு?' எங்கள் கதைதான் அது என்பதுகூடத் தெரியாமல் அம்மம்மா சொன்னதைக் கேட்டுக் கிண்டல் செய்து விளையாடியது இப்போது குற்றவுணர்வுக்குள் தள்ளுகிறது. வயிற்றிலிருந்த குழந்தைதான் அம்மா மரியங்குட்டி. நான் தமிழே பேசத்தெரியாத கொச்சு த்ரைஸாவின் மலையாளமே பேசத்தெரியாத பேரக்குட்டி.

தமிழ் மன்றத் தேர்வின் முதல்நிலைச் சான்றிதழை ஊருக்கே காட்டி, கூத்தாடி, கதறக்கதறக் கண்முன்னே சாக்கடைக்குள் போட்டு அமிழ்த்தியது அதை வீடு புகுந்து எடுத்துப்போன மழைத்தண்ணீர். மழையால் உடைமையிழந்தோர் அரசுப் பள்ளிகளில் தங்கிக் கொள்ளலாம் என்ற அறிவிப்பைக் கேட்டுக் குதித்தோடி இடம் பிடித்து அம்மாவும் அக்காளும் வந்தவுடன் 'எங்க கிளாஸ்ம்மா, இதான் என் பெஞ்சு' என்று என்னிடமிருந்து பொங்கிய சிரிப்பை அம்மா ஏன் வாங்கிக்கொள்ளவில்லை எனக் கொள்ளை நாட்களாகக் குழம்பியபடியிருந்தேன். அங்குதான் எனக்கு அம்மை போட்டது. உடல் முழுதும் புங்க மரத்து இலையாக புருடுபுருடாய் முத்தெழுந்துவிடச் செத்துப்போய்விடுவேன் என்று எல்லாரும் முடிவு செய்திருந்தபோது எனக்குப் பதிலாக அந்தோணி செத்துப்போனதாம். பெட்டைக்கு அம்மம்மா ஏன் அந்தப் பெயரை வைத்திருந்தார் என்பது தெரியவில்லை. சினையாக இருந்த அந்தோணி அம்மம்மாவுடன் பேசும். ஒரு ஆடு பேச்சுக்குப்பேச்சு தன் மொழியில் பதில் கொடுத்தது அதிசயமாகத் தெரியவில்லை அப்போது. எத்தனை ஆடு வாங்கினாலும் பதில் கொடுக்கிற ஆடு கிடைக்குமா? அப்படிக் கொடுத்தாலும் அது அந்தோணியாகுமா? அம்மம்மாவின் உலகத்தில் அந்தோணியின் இடத்தை நான் நிறைத்திருப்பேனா? ஒரு பெட்டை ஆடு வாங்கி அந்தோணி என்று ஞானஸ்நானம் பண்ணிவைத்து அதுவாக

சாகும்வரை வெட்டாதிருந்து சேவகம் செய்ய வேண்டுமெனப் பிரதிக்ஞை எடுத்துக்கொண்டேன். யாருக்கும் தெரியாமல் அதை 'அம்மம்மா'வெனக் கூப்பிட வேண்டும் என்றுகூட ஒரு நினைப்புண்டு. இதுவரை செய்தேனில்லை.

ஊருக்குப் போயிருந்தபோது ஆசிரியை பாராட்டியதைச் சொன்ன தங்கை காளியம்மாள் அடுத்தமுறை போனபோது தீப்பெட்டிக் கம்பெனிக்கு வேலைக்குப் போவதாகச் சொன்னாள். நெஞ்சு வெடிக்க சினிமாவில் வருவதுபோல் சபதம் எடுத்துக் கொண்டேன். பெரியவனான பின்பு தங்கைக்கு என்னென்ன செய்ய வேண்டுமெனப் பட்டியலிட்டுக் கொண்டேன். இதுவரை சிறுதுரும்பைக்கூட அசைக்கவில்லை. ஆச்சியைப் பற்றி அவ்வளவு மிதப்பாகச் சொன்னவன் அவளது கடைசி ஊர்வலத்தில் கலந்துகொள்ளவில்லை. அப்புறமாகக் கருப்புக்குப் போய்த்திரும்பிய கொஞ்ச நாளில் ஆச்சியுடனே தன் காலத்தைக் கடத்தி விடுவதாயிருந்த சின்னத்தை வேலுத்தாய், ஒரு செல்போன் வாங்கி அனுப்பச்சொல்லிக் கேட்டுக்கொண்டே இருந்தாள். துணையில்லாத் தனிமையையும் பயத்தையும் சிறு கைப்பேசி வழியாகக் கடந்துவிட அவள் நினைத்திருக்கக் கூடும். என் கெதி கேடு, விரைவில் வாங்கித் தருவதாகச் சொன்னேன் அல்லது தட்டிக் கழித்தேன்; மறந்தும் போனேன். கொஞ்ச நாட்களாக அத்தை கூப்பிடவில்லை. தம்பி கூப்பிட்டான். 'அத்தை, ஆச்சியின் அறையில் இறந்து கிடக்கிறாளாம், போன் வந்தது, சென்னையிலிருந்து நான் கிளம்பிவிட்டேன்' என்று சொன்னான். நானும் புறப்பட்டு விடுவதாக உறுதியளித்தேன். அத்தையின் முகத்தைப் பார்க்கும் திராணியில்லாமல் வீட்டிலும் சொல்லாமல் இருந்துவிட்டேன்.

இப்போதைக்குச் சொல்லத் தோன்றிய இதுபோன்ற பழுத்த புண்களை மறைத்துக்கொண்டு புஜபலம் காட்டுவதில் உடன்பாடில்லாதிருக்கிற இந்தக் குரங்கு அப்புறமாய்ப் பெருமையும் பேசும். அலுவலகத்துச் சுவர் முழுக்க ஆணியடித்துப் படங்கள் மாட்டும். நீங்கள் வந்தால் அந்தப் பக்கம் திரும்ப வேண்டாம் என்று பொய்யாய்ப் பணிந்து கேட்டுக்கொள்ளும். ஆச்சியும் அம்மம்மாவும் அத்தையும் காளியும் அந்தோணியும் அம்மாவும் அவிலாவும் இன்னும் கொஞ்ச பேரும் மன்னிக்கக் காத்திருக்கும் இதன் வாழ்வு உப்பும் சர்க்கரையுமான மேடுகளைக் கடப்பதில் கழிகிறது.

கோவை **ஜான் சுந்தர்**
09.03.2016

நமஸ்காரம் ராமேட்டா!

மழைப் பாடல்

‘ஆர்கெஸ்ட்ரா’ என்றுதான் பெரும்பாலான வர்களால் குறிப்பிடப்படுகின்றன மெல்லிசைக் குழுக்கள். சொற்பமாகத் தமிழில் ‘பாட்டுக்கச்சேரி’ என்போரும் உண்டு. சுவரொட்டிகளில் ‘திரைப்பட மெல்லிசை நிகழ்ச்சி’ என்றும் அச்சிடுகிறார்கள். கேரளத்தில் ‘கானமேளா’ என்கிறார்கள். கேரளத்துக்கும் தமிழகத்துக்கும் இடையிலிருக்கிற ‘அகழி’யிலா? தமிழர்களும் மலையாளிகளுமாக வசிக்கிற ‘நெம்மாரா’விலா? இடம் சரியாக நினைவிலில்லை. சம்பவம் மட்டும் இருக்கிறது தெளிவாக. மெல்லிசை நிகழ்ச்சியைத் துவக்க, இசைக் கலைஞர்கள் வாத்தியங்களை ஆயத்தமாக்கிக்கொண்டிருந்தபோது, மேடையில் ‘ராம்ஸ்’ என்கிற ‘ராமேட்டன்’ என்னும் ‘ராமேந்திரன்’ எனப்படும் ராமச்சந்திரன் புத்தம் புதியதாக வாங்கி வந்திருந்த ‘ஓ ஒன் டபுள்யூ’ என்கிற ‘மின்னிசைப்பலகை’ என்னும் ‘கீ போர்டு’ எனப்படும் வாத்தியத்தை மற்ற கலைஞர்கள் சூழ்ந்து நிற்க, அதன் சிறப்பம்சங்களைப் பெருமிதம் பொங்கச் சொல்லிக்கொண்டிருந்தார், ‘அவுட் புட்ல என்ன ஒரு பன்ச் பாத்தியா ‘கார்க்’ கம்பெனிக்காரனை அடிச்சுக்க முடியாது’. பேசிக்கொண்டே அவருடைய மனங்கவர்ந்த ‘வைப்ராஃபோன்’ குரலில் கூட்டு ஸ்வரங்களை அடுத்தடுத்த ஸ்தாயிகளில் போட்டார். விரல்களாலான நண்டு ஒன்று கீ போர்டு கட்டைகளின்மீது நகர்ந்தது.

‘டி டி டி டிங் டிங் டிங் டிங் டிங்’

சங்கிலித்தொடரின் முடிவில் கூடுதலாக ஒரு ‘ப்ளங்’கையும் சேர்த்தினார். அது ஒரு ஸெவன்த் கார்ட். ‘அவுங் அவுங் அவுங் அவுங்’ என ரீங்கரித்துக்கொண்டே இருந்தது. ‘மேகம் கொட்டட்டும்‘ல இடி இடிக்கணும்ல, இப்பப்பாரு’ ஒலிப்பொறியாளருக்குக் கண்ணைக் காண்பித்துவிட்டு இடமிருந்து வலமாக விரல்களை ஓட்டித் திரும்பவும் இடது பக்கமாக வந்து முடித்தார். ஸ்பீக்கர்களில் இடதும் வலதும் மாற்றி மாற்றி இடி முழக்கின. நிஜத்திலேயே இடி இடிப்பதாக நினைத்து ‘ஓ மழை’ எனக் கூவி, வானம் பார்த்து ஏமாந்த ரசிகர்களை மறுபடியும் பயமுறுத்தியது ‘எங்கே நிம்மதி’யின் சூறைக்காற்று. மேடைக்கு மிக அருகில் நின்று வேடிக்கை பார்த்துக் கொண்டிருந்த பொடியனொருவன் ஓடிப் போய் அவனது சகாக்களைத் திரட்டிக்கொண்டு வந்துவிட்டான்.

‘கீ போர்டுலருந்து மழை வர்ற மாதிரி சவுண்டு வர வெச்சீங்கல்ல அதே மாதிரி பண்ணுங்க’ என ராமேட்டனைப் பார்த்துக் கேட்டதும் மறுபடி ஒருமுறை மேகம் கொட்டியது. உடனே குஷியாகிவிட்ட பொடியன் அன் கோ, ‘புயல் காத்த வர வைங்க’ என்று கேட்கவும் ராமச்சந்திரன் பாவனையாக முறைத்துப் பார்த்துவிட்டு ‘டேய், போதும் கிளம்புங்க’ என்றார். அப்படியும் விடாமல் தொல்லை செய்து அதேபோல வாசித்துக் காட்டிய பின்பு நகர்ந்தனர். பொன்னாடையாகப் போர்த்தப்பட்ட சால்வையைக்கொண்டு கீ போர்டைப் போர்த்த முற்பட்ட அவரை ஒரு டவுசர்க்காரன் விடாமல் பேட்டி எடுத்தபடி தொடர்ந்தான்.

‘இதுல இருந்து பீப்பி வருமா?’

‘ம்’

‘டும் டக்கா?’

‘வரும்.’

‘மழை வரவெச்சீங்கல்ல.’

‘ம்ம்’

‘வெயில் வருமா?’

கேட்டானே ஒரு கேள்வி! அவ்வளவுதான். சினிமாவில் சிவாஜி கணேசன் இடிந்துபோய் உட்காருவதைப் போல நெஞ்சைப் பிடித்துக்கொண்டு உட்கார்ந்து சிரிக்கத் துவங்கினார் ராம்ஸ்.

எப்பொழுதாவது திடீரென போன் செய்து 'டேய் ஜோன்! எங்கடா இருக்க? கையக் காலையெல்லாம் அடிச்சு ஒடச்சுருவேன். சிரிச்சு ரொம்ப நாளாச்சு, வாடா சிரிக்கலாம்' மிரட்டிக் கூப்பிடுவார் ராமச்சந்திரன். அசாத்தியமான இசையறிவும் அதேயளவு நகைச்சுவையுணர்வும் கொண்ட முதுபெரும் இசைக்கலைஞரான அவர் தலைமுறை இடைவெளியே தெரியாதபடி பழகுவார். அவரது தாயார் காந்தாமணி தமிழத்தி. தகப்பனார் கோபால் நாயர் மலையாளி. என் கதையிலோ அப்படியே தலைகீழ்!

சென்னையில் பிறந்து பாலக்காட்டில் வளர்ந்த ராமச்சந்திரனுக்கு நெருக்கமான நண்பர் ஒருவர் இருந்தார். "இவந்தான்டா பாலக்காடு செபாஸ்டியன் பயங்கர பவர்ஃபுல்லாக்கும். சின்சியராயிட்டு கேட்டா கேட்டது கெடைக்கும்" என்றவர், என்னை அவருக்கு "ஆ இதானு ஜோன்" என்று அறிமுகம் செய்து வைத்தார். உடலில் தைத்திருந்த அம்புகளைப் பொருட்படுத்தாது புன்னகைத்தார் செபஸ்தியார். நான் மண்டியிட்டுப் பிரார்த்தித்துக் கொண்டேன். சிறு வயதில் புனித செபஸ்தியார் திருவிழாவிற்குத் தொடர்ச்சியாக அம்மம்மாவுடன் பாலக்காட்டுக்கு வந்திருக்கிறேன். பலவருடங்களாகத் தேர்த்திருவிழாவில் பாடற்குழுவிற்குத் தான் வாசித்த அனுபவங்களை ராமச்சந்திரன் அவ்வப்போது சொல்வார். ராமேட்டனும் நானும் நெருங்கிக் கொண்டது அங்குதான். அதன் பின்பு சில வருடங்கள் சேர்ந்து வேலை செய்தோம். ஒத்திகை இடைவேளைகளில் பழைய அனுபவங்களில் மூழ்குவார். நாம் எதைப்பற்றிப் பேசினாலும் ஆச்சரியத்திற்குரிய வகையில் அதற்குத் தொடர்புடைய தனது அனுபவத்திலான ஒரு சம்பவத்தைச் சொல்வார்.

'ஜானி' திரைப்படத்தின் 'ஒரு இனிய மனது' பாடல்காட்சியில் ரஜினி, திருட வந்ததை மறந்து பாட்டுக்குள் சிக்கிக்கொள்வார் (அவர் மட்டுமா?) ஒருவர் பாடுவதை இத்தனை வகையாக ரசிக்க முடியுமா? இயக்குனர் மகேந்திரன் நமக்குக் காட்டிய அழகு ரஜினியை அதற்குப் பிறகு பார்க்கவே முடியவில்லை. மேடையில் பாந்தமான உடையணிந்து ஸ்ரீதேவி பாடிக் கொண்டிருக்கப் பின்னணியில் குழுத்தலைவனாகச் சின்னக் கொண்டையிட்ட சீக்கிய இளஞ்சிங்கமொன்று கம்பீரம் மிளிர்கிற உடல்மொழியொடு 'ட்ரம்பெட்' குழலைச் சுழற்றியபடி நடை போடும். இந்தக் காட்சிக்காகவே இயக்குனர் மகேந்திரனின் கைகளில் மண்டியிட்டு முத்தமிடலாம். இவ்வளவு இயல்பாக இசைக்குழுவைத் தமிழ் சினிமாவில் யார் காட்டினார்கள்? 'கண்ணன் வந்து பாடுகிறானி'ல் ஓரளவு பாலுமகேந்திரா

காட்டினார். இதே ரஜினி உட்பட பலர், கிதாரின் கம்பிகளை மொத்தமாக ஃப்ரெட் போர்டோடு சேர்த்து அழுத்திப் பிடித்துக் கொண்டு 'வாதி'ப்பதைக் கண்கள் பனிக்கப் பார்த்திருக்கிறோம். தவில்காரர் பாலையாவும் அவரது சகா சாரங்கபாணியும் பொறுப்பில்லாமல் செத்துப்போனால் பாவம் தமிழ்த்திரைதான் என்ன செய்யும்? நடிகர் செந்தில் தபேலாவில் உட்கார்ந்து இப்படி மாவு பிசைந்து கொண்டிருந்தால் அப்புறம் ஏ.பி. நாகராஜன் எப்படிச் சாவார்? பேசிப் பேசி வேறெங்காவது போய்விடுகிறோம். வண்டியைத் திருப்பிக்கொண்டு வந்தால் ராமேட்டனுக்கு வேறொரு ட்ரம்பெட் நினைவுக்கு வந்துவிட்டது.

ஊதுகொம்பன்

பள்ளியொன்றில் பேண்டு வாத்தியக்குழு பயிற்றுனராகப் பணிபுரியும் திருவாளர் அற்புதத்தை ஒரு நிகழ்ச்சிக்கு 'ட்ரம்பெட்' வாத்தியத்தை வாசிக்க வரச்சொல்ல வேண்டும். செல்போன் வசதியெல்லாம் இல்லாத காலம். நேரில் சந்தித்துச் சொல்ல நண்பர் ஒருவரை உடன் அழைத்துக்கொண்டு கிளம்பினார் ராமச்சந்திரன். அற்புதம் வேலை செய்து கொண்டிருந்த பள்ளி, கிறிஸ்தவ கன்னிகாஸ்த்ரீகளால் நடத்தப்படும் பெண்கள் பள்ளி. நீண்ட விசாரிப்புக்குப்பின் மைதானத்திற்கு அவர்களை அனுப்பி வைத்தார் வாயிற்காவலர். சுதந்திர தின விழா அணிவகுப்புக்கான ஒத்திகைக்காக மாணவியரை மிரட்டிக்கொண்டிருந்தார் அற்புதம்.

வினுசக்கரவர்த்தி சாயலில் இருந்த அற்புதம் தனது தடித்த மீசையை மூக்கை விடவும் பெரியதாக வளர்த்துக்கொண்டு பயங்கரமாக இருப்பார். கச்சேரிகளில் பயங்கரமாகச் சொதப்புவார். பொதுவாக ட்ரம்பெட்டைச் சரியாக வாசித்தால் யானைகள் ஊர்வலத்தையோ அவை பிளிறுவதையோ கற்பனை செய்துகொள்ள முடியும். ஆனால் நமது அற்புதம் வாசிக்கும்போது யானைகள் கும்பலாகச் சரிந்து விழுவதையும் தொண்டை கட்டிய குரலில் அவை கதறுவதையும் உணர்ந்துகொள்ள முடியும்.

சில பாடல்களில் ட்ரம்பெட் கம்பீரமாக முழங்குமிடம் இருக்குமல்லவா? பாடலைப் பேருந்தாக்கி மொத்த இசைக்கலைஞர்களும் ஏறிப் பயணிக்கையில் ட்ரம்பெட் வந்து தொற்றிக்கொள்ள வேண்டிய நிறுத்தத்தில் அது வரவில்லை. பட்டெனப் புல்லாங்குழல் வாசிப்பவரோ கீ போர்டு கலைஞரோ யானையை வைக்க வேண்டிய இடத்தில் பூனையை வைத்து சமாளித்தபின் குனிந்திருந்த அற்புதம் நிமிர்வார் அசடு வழிய. இசைக்குறிப்புகள் கீழே விழுந்துவிட்டதெனச் சொல்லும் அவரை 'அதெப்படி வாசிக்க வேண்டிய நேரத்துலத்தில சரியா

விழுந்துடுது, அடுத்த கச்சேரில ரெண்டு பாருக்கு முன்னாடியே ஸ்டேஜ்லர்ந்து கீழ குதிச்சுடு' என்பார் ராமேட்டன்.

என்னதான் திறமையானதொரு கலைஞர் கீ போர்டில் வகைவகையான வாத்தியச் சத்தங்களை மாற்றி மாற்றி வாசித்தாலும் விதவிதமான வாத்தியங்களோடு நிறைய கலைஞர்கள் மேடையை ஆக்கிரமித்துக்கொண்டு ஓர் இசைக்கோவையை வாசிக்கும்போது பார்வையாளனின் பரவசம் இன்னும் கொஞ்சம் நீட்சியடைகிறது. தனித்த கருவியொன்றைத் தேர்ந்தெடுக்கும் வளர்கலைஞன் கொஞ்சம் இலக்கணப் பிழைகளோடு வாசிக்கிறான் என்றாலும் மேடையையும் ரசிகனின் விழிகளையும் நிரப்பிவிடுகிறான்.

'பப்பாரப் பாரம் பப்பம் பரபம்' – குழுவாக வாசித்த மாணவியரைத் தள்ளிநின்று கவனித்துப் பிழைகளைச் சரி செய்து கொண்டிருந்த அற்புதம் ஒத்திகையை மேற்பார்வையிட வந்த மதர் சுப்பீரியரைக் கண்டதும் கடமையில் இரண்டு கைப்பிடி மிடுக்கைக் கலந்தார். போதாக்குறைக்கு இலவசமாக இரண்டு பார்வையாளர்கள் வேறு. மாணவியொருத்தி வாசித்த ட்ரம்பெட் இசையில் பிசிறு தட்டியது கேட்கும்போது சிரிப்பை வரவழைக்கும் விதமாக இருந்தது. மற்றெல்லோரையும் நிறுத்தச் சொல்லிவிட்டு அவளை மட்டும் தனியாக வாசிக்கச் சொல்லவும், அவள் தயங்கினாள். அற்புதம் அவளிடம்

'... ம்ம்ம் ... பப்பாரப் பாரம் பப்பம் பரபம், வாசி'

என்றதும் அவள் ட்ரம்பெட்டில்' முயன்றதில் நாய்க்குட்டியை மிதித்த உடன் அது எழுப்பும் சப்தம் மாதிரி 'பப்பாரப் பாவுங்' எனப் பிசிறு தட்டியதும் நிறுத்திவிட்டு மன்னிப்புக் கோரும் விதமாகப் பார்த்தாள். அற்புதம் அவளிடமிருந்து வாத்தியத்தை வாங்கினார். நெஞ்சை நிமிர்த்திக் கொண்டார். மதர் சுப்பீரியரை ஒருமுறை பார்த்துக் கொண்டார். மாணவியர் அற்புதம் எழுப்பப் போகும் கம்பீரத் தொனிக்காகக் காத்திருந்தனர். அமைதியைக் கிழித்து எழுந்தது ஒலி.

'பப்பஹாங்ங்ங்க் பவுங் பஹாங்க்'

இந்த முறை நாய்க்குட்டி இருந்த இடத்தில் இருந்தது கழுதை! காலை மிதித்திருந்தாலும் பரவாயில்லை. மேலேயே விழுந்துவிட்டது போல இருந்தது சப்தம். சிரிப்பைக் கட்டுப்படுத்தவே முடியவில்லை மாணவியரால். மதர் சுப்பீரியர் எப்போது நகர்ந்தார்கள் எனத் தெரியவில்லை. மைதானம் முழுவதும் சிரிப்பொலி. அற்புதம் கொஞ்சமும் நிலைகுலையாமல் வாத்தியத்தை அந்தப் பெண்ணிடம் தந்துவிட்டுச் சொன்னார்

‘இப்படித்தான் நீ வாசிச்சே, இனிமேல் சரியா வாசி’

எங்களை மறந்து சிரிக்கிற சிரிப்பு! அது எங்களுக்குத் தேவையாக இருந்தது. ‘ஆனந்தராகம்’ அறையதிரச் சிரிப்போம். ஆடி, புரட்டாசி மாதங்களில் கச்சேரிகள் இரா. சட்டைப்பாக்கெட்டுகளும் இசைக்குழு அலுவலகங்களும் காற்று வாங்கும். ஆனால் ராமேட்டனின் அறை மட்டும் எப்போதும் ஹவுஸ் ஃபுல்லாகவே இருக்கும். ராமேட்டனைப் பேசவிட்டுக் கேட்க வேண்டும். பாலக்காட்டில் 100ஆம் நம்பர் பீடிக் கம்பெனி முதலாளியும் அவரது குருவும் எதிர்வீட்டு ராவுத்தருமான ஹனீஃபா அவருக்கு இசை பயிற்றுவித்ததை, அப்பா கோபால் நாயர் அது கூடாதென்று மிரட்டியதை, கம்யூனிஸ்ட் கட்சிக்கு வாசித்ததை, பாலக்காடு சுபா ஆர்கெஸ்ட்ராவைத் தோற்றுவித்ததை, அந்தக் குழுவில் ‘காலைத்தென்றலில் எத்தனை ராகங்கள்’ தினேஷ் பெண் குரலில் பாடிக்கொண்டிருந்ததை, தனக்காக உன்னிமேனன், ஜெயச்சந்திரன் போன்றோர் காத்திருந்ததை, சேச்சியைக் கைப்பிடித்ததை, ஏ.ஆர். ரஹ்மானின் குரு அர்ஜுன மாஸ்டரோடு நாடகங்களுக்கு வாசித்ததை, ஞாயிற்றுக்கிழமை மட்டும்தான் கச்சேரிக்கு வரமுடியும் லீவு கிடைக்காது என்று கவலைப்பட்ட ஸ்ரீனிவாஸ் சென்னைக்குப் போய்விடுவதே நல்லது என்றதை, ஆத்ம நண்பன் ஜாலி ஆப்ரஹாம் கிறிஸ்தவ ஊழியத்துக்கு மட்டும் பாடுவதாக முடிவெடுத்ததை, யேசுதாஸ் ‘தரங்கிணி’யின் சாவியைக் கொடுத்ததை, தமிழ்த் திரைப் பாடல்களின் மீதிருந்த ஈர்ப்பால் அதை வாங்கிக்கொள்ள மறுத்ததை, ‘எலைட்ஸ் ஆர்கெஸ்ட்ரா’ டேவிட் சாரும் விஸ்வநாதனும் இளையராஜாவும் சேர்ந்து தன்னைக் கோவைக்குக் கட்டியிழுத்து வந்ததை, இன்னும் தீராத அனுபவங்களை ஏட்டன் சொல்லிக் கேட்க வேண்டும்.

டி.எம். சௌந்திரராஜன், பி. சுசீலா, எல்.ஆர். ஈஸ்வரி, பி.பி. ஸ்ரீனிவாஸ், வாணி ஜெயராம் போன்றோரால் ‘சிம்ஹம்’ என்று வர்ணிக்கப்பட்ட ராமச்சந்திரன், முன்னொரு காலத்தில் ராஜாவாயிருந்தார். அவரது தளபதிகளாக ‘அவுசேப்பச்சன்’, ‘ஜோன்சன்’ போன்றவர்கள் இருந்தனர். பின்னர் அவர்கள் மலையாளத் திரையுலகின் முன்னணி இசையமைப்பாளர்கள் ஆனார்கள். ராமேட்டன் தனது விரல்களைச் சொடுக்கினால் புழுதி கிளப்பக் காத்திருந்த பெரும்படையில் பத்திருபது வயலின்கள், அக்கார்டின், ட்ரம்பெட், கிளாரினெட், சாக்ஸாஃபோன், புல்லாங்குழல், லீட் கிடார், ரிதம் கிடார், பேஸ் கிடார், தப்லா, டோலி, தரங்கு, கடசிங்காரி, தவில், உருமி, ட்ரம்ஸ், ட்ரிபிள் காங்கோ, தும்பா, பேங்கோஸ், ஷேக்கர்ஸ், கப்பாஸ், டேமரின் உள்ளிட்ட அத்தனை வாத்தியக்கருவிகளும் அங்கம் வகித்தன.

“எலைட்ஸ்” ராமச்சந்திரன் “மல்லிச்சேரி” ராமச்சந்திரன் ஆனார். சக்கரம் சுழல, அறிவியல் வளர, இசையுலகிலும் கம்ப்யூட்டர் புகுந்தது. இசைஞர்களைக் கணிப்பொறிஞன் ஆண்டான். காலதேவன் கை கொட்டிச் சிரிக்க, மணற்கடியாரம் தலைகீழாக, ராமச்சந்திரனின் ரத கஜ துரக பதாதிகளும் கம்ப்யூட்டர் ஃப்ளாப்பிக்குள் அடைபட்டுக்கொண்டனர். படையிழந்த ‘தம்புரான்’ ஸ்ரீமான் ராமச்சந்திரன் நாயர், உள்ளூரின் இளைய தலைமுறைக் கலைஞர்களுக்கு ‘ராம்ஸ்’ ஆனார். ஆனாலும் வாழ்ந்து கெட்டவர்களைப் போல அவர் அலட்டிக் கொள்ளவில்லை. ராமேட்டன் சோர்ந்து போய் உட்கார்ந்திருப்பதை நான் பார்த்ததேயில்லை. மாறாக, பொருளாதாரம் பற்றிய கவலை அதிகமாகும்போது அவர் அதீத சுறுசுறுப்புடன் வேலை செய்வார். புலம்பமாட்டார். வலது கைவிரலிடுக்கில் செய்யது பீடி புகைய இடது கைவிரல்கள் வழியாக மனதின் வலியை கீ போர்டுக்குக் கடத்துவார். அது தனது ஷெனாய் குரலில் ‘விழியே கதை எழு’தின் இரண்டாவது இடையிசையாகிக் கதறும். நமக்கு நெஞ்செல்லாம் பதறும். ‘நமஸ்காரம் ராமேட்டா!’

கிளிப்பேச்சு

ஏட்டனுக்குப் பெருமை பிடிபடவில்லை. செல்போன் வாங்கிவிட்டார். ஐந்நூறு ரூபாய்க்கு செல்போனைக் கொடுத்துவிட்டான்களே. இந்த நாடு உருப்பட்டுவிடும் போல் தெரிகிறதே. செல்போன் அலுமினியக் கலரில் ஏரோப்பிளேன் மாதிரி மின்னியது. மெடிமிக்ஸ் சாம்பிள் சோப் அளவிருக்குமா? டயரியில் எழுதி வைத்திருந்த எல்லாருடைய நம்பர்களுக்கும் போன் செய்து ‘டேய் நம்பர் எடுத்தாச்சு . . . ஆமா . . . ரிலையன்ஸு^ல . . . நோட் பண்ணிக்கோ த்ரீ. . . ட்ரிப்பிள்டு . . . னெய்ன்’ என்று சொல்லிக் கொண்டிருந்தார். காந்திபுரம் ஒண்ணாம் நம்பரிலிருந்த ‘ஆனந்த ராகம்’ அறை வாசலில் நின்று கொண்டு செல்லில் பேசினாரென்றால் கணபதி மாநகரிலிருக்கும் மறுமுனைக்காரன்வரை கேட்கிற அளவு சத்தமாகப் பேசுவார். தள்ளுவண்டிக்காரர்கள் சந்து முனையிலிருந்து பார்க்கும்போது ஏட்டன் நிற்பது தெரிந்தால் அடுத்த வீதிக்கு வண்டியைத் தள்ளிக்கொண்டு போய்விடுவார்கள். ஆளாளுக்குக் கத்திக் கொண்டிருந்தால் வியாபாரம் நடக்க வேண்டாமா? கச்சேரி நடந்து கொண்டிருக்கும்போது போன் வந்துவிட்டால் போச்சு. வழக்கத்துக்கும் மேலான அதிக பட்சமான சப்தத்தில் ‘அலோ . . . ஆமங்கோ நாந்தா பேசர, சொல்லுங்கோ . . . என்னா . . . ஆ . . . பண்ணிக்கலா . . . ஒரு காரியஞ்செய்யுங்கொ ரூமுக்கு

வாங்கோ ...” என்பார். கல்யாணக் கச்சேரியாக இருந்தால் கல்யாண ஜோடி உட்பட மண்டபமே இவர் சத்தம் கேட்டுத் திருதிருவெனப் பார்க்கும். இப்படியாகக் கொஞ்சநாள் அவரது நெஞ்சோடிருந்த செல்போன், கீ போர்டின்மீது, நோட்ஸ் எழுதும் பேடின்மீது, செய்யது பீடிக்கட்டைக் கட்டிப் பிடித்த படியெல்லாம் ஒய்யாரமாய்ப் படுத்துக்கிடந்தது. கொஞ்ச நாளைக்கப்புறம் மேசைமேல் அனாதையாகக் கிடந்தது.

இரண்டு வாரங்கள் கழித்து வீட்டில் ஏட்டன் தூங்கிக் கொண்டிருந்தபோது செல்போன் சிணுங்க சேச்சி ‘தே... போனிலு ஆரொ விளிக்குந்நு எனிக்கி’ ஏட்டன் பதில் சொல்லவில்லை. மீண்டும் சிணுங்க சேச்சி ஏட்டனை உசுப்பிவிட எழுந்தவர் போனைக் கண்டுகொள்ளாமல் சேச்சியைப் பார்த்து ‘ச்சாயிண்டா’ என்று கேட்கவும் சேச்சிக்குச் சந்தேகம் வந்துவிட்டது. ‘இதெந்தா ஈ மனுஷ்யன்’ போனைக் கண்டுகொள்ளவே மாட்டேன்கிறாரே?. யாராவது அவரைக் கஷ்டப்படுத்துகிறார்களா? கடன் கிடன் வாங்கிவிட்டாரா? என்னிடம் சொல்லிவிடுவாரே?

“தே எடுக்கு.”

“எடுக்குன்னு.”

ஏட்டனுக்குச் சிரிப்பு வந்துவிட்டது. “ந்நீ தன்னே சம்சாரிச்சோ” என்றார்.

சேச்சி அதை எடுத்து அழுத்தி “ஹல்யோ ஆரா”.

“ஓ” ஏட்டனைப் பார்த்து ‘அங்ஙனயானோ’.

வெளியே வந்து, போனில் “அது ... அவருக்குக் கச்சேரி எதும் இல்லம்மா ... இரிந்நா அவுரு கெட்டிடும். அடுத்த ப்ராவஷ்யம் ச்சேர்த்து கெட்டிடும். ஆ ஷெரிம்மா ... சொல்லியாச்சில்லம்மா ஆங் கெட்டும் ... கெட்டிடும் ... பேசிக்கொண்டேயிருக்க ஏட்டன் எழுந்து வேட்டியைச் சரியாகக் கட்டிக்கொண்டு சேச்சியிடம் வந்து ‘ஆரா’ என்று கேட்டார். ‘எந்தா’ என்பது போல் சைகையில் கேட்டார். சேச்சி பிரச்சினை ஒன்றுமில்லை நான் பார்த்துக் கொள்கிறேன் என்பதாகச் சைகையிலேயே சொல்லிவிட்டு “என்னம்மா ந்நீ இங்ஙன, ஞான் இத்தர ச்சொல்லிட்டும் அதையே சொன்னா எப்பிடியாக்கும். கச்சேரி இல்லம்மா. இரிந்நா அவுரு கெட்டிடும்” ஏட்டனுக்குப் பாவமாக இருந்தது.

“எடி ... அது ரெக்காடட் வாய்ஸானு”

"அய்யே"

செலுத்தப்படாத பில்லுக்கான தொகையைச் செலுத்த நிர்ப்பந்திக்கும் பதிவு செய்யப்பட்ட பெண்குரலுக்கு இவ்வளவு நேரமும் பதில் சொல்லிக் கொண்டிருந்த சேச்சியின் முகம் போன போக்கைப் பார்த்து ஏட்டனுக்கு நிலைகொள்ளாத, முகம்கொள்ளாத, என்றென்றைக்குமான சிரிப்பு. சேச்சிக்கும்.

ரத்து

இசைக் கலைஞனுக்கு 'எங்கேயும் எப்போதும் சங்கீதம் சந்தோஷம்' தான் என்பார் கண்ணதாசன். அவனது வாழ்வில் 'என்றும் விழாவே' என்பார் முத்துலிங்கம். உண்மையில் எல்லா நாட்களும் கொண்டாட்டமாகவே கழிகிறதா என்றால் இல்லை. சிலது அக்கப்போராகி விடுவதுமுண்டு. ஒருமுறை கோவையில் இலக்கிய நிகழ்வொன்று துவங்கவிருக்கையில் மழை வந்துவிட, ஏற்பாடு செய்தவரிடம் அவரது நண்பர், 'இத்தனை ஏற்பாடுகளையும் மழை வந்து கெடுத்துவிட்டதே' என்று அங்கலாய்க்க, அவர் புன்னகைத்தபடி 'மக்களுக்கு இப்போது அவசியமானது மழைதான். விழா அல்ல' என்றாராம். மெல்லிசைக்காரனுக்கு அவ்வளவு பெரிய மனமெல்லாம் இல்லை. 'ரெண்டுமணி நேரம் கழித்துப் பெய்யக்கூடாதா' என்று வேண்டிக்கொள்ளும் நிலை கெட்ட நிலையில் அல்லவா இருக்கிறது அவனது நிதிநிலை. வேண்டுதலையும் மீறி மழை பெய்துவிட்டால் இயற்கையைச் சலித்துக் கொள்வதில்லை. மாறாகச் சிரிப்பான் சிரிப்பான் அப்படிச் சிரிப்பான். அந்தச் சிரிப்புக்கு உள்ளிருப்பது வலியன்றி வேறென்ன தோழர்களே.

திருப்புங்கூர்ப் பதிகம்

'இந்தச் சீர்மிகு சிங்கார மேடையிலே... டையிலே...டையிலே...இன்னும்...ன்னும்...ன்னும்... ஒரு சில மணித்துளிகளில்...களில்...களில்... எங்களது நீலாம்பரி இசைக்குழுவின் இன்னிசை மழை பொழிய விருக்கிறது...ருக்கிறது... ருக்கிறது...' மனப்பாடமான வரிகள் திரும்பத் திரும்ப எதிரொலிக்கக் குரலெடுத்து ஒலிவாங்கியில் அறிவித்துக் கொண்டிருந்தார் பாடகர் 'வேட்டை' சிவா. சிவாவின் குலதெய்வம் வேட்டைக்கார சாமி என்று தெரிந்து அதையே பட்டப்பெயராக்கி விட்டார் கிதார் இளங்கோ. இன்னிசை மழையை

முந்திக்கொண்டது முன்னிரவுமழை. பொட்டுப் பொட்டென்று மேடையின் கூரையை மொய்க்கத் துவங்கிய துளிகள் வேட்டையின் தலையைக் குறிவைத்து இறங்கின.

'போச்சு ... மழ பேஞ்சா கச்சேரி எப்படி வேட்டைக்கார சாமீ? என்ர மீட்டர் எப்படி?'

'ரெண்டு பாட்டப் போட்டு மீட்டரக் கன்ஃபாம் பண்ணுங்கடான்னா இந்த ரமணி பண்ற வேலை.'

வருமானம் பாதிக்கப்படுவது குறித்த கவலையில் வேட்டை அலுத்துக்கொண்டது. ஒலிபெருக்கி வழியாக ஊர் முச்சூடும் கேட்டது. கமிட்டிகாரர்கள் வருவதைப் பார்த்ததும் டி.எம்.எஸ். குமார், 'ஏன்யா ஜேப்பி, வேற தேதில வெச்சுக்கலாமான்னு கேட்டா என்ன பன்றது?' என்க, 'நின்னுரும்ணா' ஆருடம் சொன்னார் தபேலா ஜேப்பி. 'ஆமா வருணனுக்கு ஃபோன் பண்ணி நிறுத்தச் சொல்லிருவாரு வாத்தி' முனகினார் குமார்.

கமிட்டிக்காரர்களோடு வந்த கோவில் பூசாரி, 'கவலைப் படாதிங்க, பூத்தூறல்தான், ஆத்தா ஆசீர்வாதம் பண்றா' தைரியம் சொல்லிக் கையோடு கொண்டு வந்திருந்த தேங்காய் மேல் கற்பூரத் தீபமேற்றி மேடையை நோக்கி ஆரத்தி காட்டிப் பட்டென உடைத்தார். பூசாரியின் காலைத் தொட்டு வணங்கிய டிரம்மர் ரமணி, விட்டால் அவருடனே போய் விடுவார் போலத் தெரிந்தது. (வெள்ளந்தியான ரமணிதான் எங்களுக்கு விருமாண்டி கமல்!)

ஆச்சரியப்படும் விதமாகப் பூசாரி வந்துபோன சில நிமிடங்களில் மழை விட்டுவிட்டது. அதிசயம் என்று பேசிக் கொண்டோம். 'நின்னுரும்னு சொன்னேன்ல' என்ற ஜேப்பியை ஓரக்கண்ணால் முறைத்த டி.எம்.எஸ். குமார், நிகழ்ச்சியில் பாடுகையில் 'இவர் திருந்த வில்லை மனம் வருந்த வில்லை அந்த மேலோர் சொன்னதை மறந்தார்' வரிகளின்போது ஜேப்பியைக் கைகாட்டி வஞ்சம் தீர்த்துக் கொண்டார். கச்சேரி முடிந்து வீடு திரும்பும்போது வேட்டை, பூசாரியின் மகிமையைப் பற்றிப் பேசத் தவறவில்லை. நெற்றி முழுவதும் விபூதிப் பட்டையடித்திருந்த ரமணி மந்திரித்துவிட்டது போலத் தலையை ஆட்டியபடி அமர்ந்திருந்ததைப் பார்த்து 'ஆசிரமம் தொடங்கறதப் பத்தி யோசிக்கிறான்' கிண்டலடித்தார் ஜேப்பி. ஆமோதிப்பது போல ஆடிக் கொண்டிருந்தது ரமணியின் தலை. அதற்குப் பிறகு வரிசையாக ஒவ்வொரு நாளும் கோவையிலிருந்து கிளம்பித் திருப்பூர், குண்டடம், பல்லடம், தாராபுரம், பேராவூரணி நிகழ்ச்சிகளை முடித்துத் திரும்பினோம்.

ஆறாவது நாள் பாலக்காட்டில் ‘எடா கான மேளா காரொக்க வந்நூ ...’ எங்கள் வேனைப் பார்த்துக் குஷியானார்கள் சிறுவர்கள். ‘ஏட்டா ஏதா ட்ரூஃப்பு?’ போன்ற விசாரணைகளும் ‘அன்னா தமிழு பாட்டொக்க அடிச்சு பொழிக்கனே அன்னா’ எனும் வேண்டுகோள்களும் வாகனத்தின் கதவுகளைத் திறக்க சாப்பிட அழைத்துக்கொண்டு போனார்கள். சீரகச்சுடு வெள்ளமும் மட்டரிசிச்சோறும் அப்பளமும் காய்கறிகளுமாக அமர்க்களப்பட்டது ராப்போஜனம். பின்பு அவர்கள் கொடுத்த தேனீரை வாங்கிக்கொண்டு வெளியில் வந்த ஜேப்பி ‘சாப்பாடு சாப்டுட்டு டீ குடிச்சா, டைஜசன் ஆயிரும் தெரியுமா?’ என்றதும் ‘என்னது டீ குடிச்சா டைனோசர் ஆயிருவமா?’ ஜனகராஜ் குரலில் பயந்தார் பலகுரல் கலைஞர் குணா. ஜேப்பியின் தேனீர்க் குவளையினுள் விழுந்த மழைத்துளி மகிழ்ச்சியைக் குலைத்துப்போட்டது. ‘அடங்கொக்க மக்கா இந்த மளயோட தொல்லை தாங்க முடிலடா சாமீ’ ‘ஷோகயா ஷோகயா நெஞ்சிலே நெஞ்சிலே ஓகயா இன்னிக்கு மீட்டர் ஓகயா . . .’ கவுண்டமணியாகிப் புலம்பினார் குணா. துன்பம் வரும் வேளையிலும் ஹஹஹா. ‘இதுதான் ... எங்கள் உலகம் ... எங்கள் உலகம்.’

மேடைக்கு முன்பாகப் போய் நின்ற ரமணி ‘ஒரு தேங்காயும் கற்பூரமும் கொண்டு வாங்க’ என்று கட்டளையிட, கொஞ்ச நேரத்தில் வந்து சேர்ந்தன அவை. பாக்கெட்டிலிருந்து விபூதியை அள்ளிப் பூசிக்கொண்ட ரமணியின் முகத்தில் வர்ணிக்கவியலாப் பிரகாசம். ‘தம்பீ உறுதியா மழ விட்டுரும் தம்பீ... ஆல்மைட்டீ காட் சங்கரா’ என்றார் மனோகரண்ணன். ஒளிர்ந்த முகத்தோடும் ஆரத்தி காட்டிய கற்பூர தீபத்தோடும் ரமணி மேடையை வலம் வரவும், ‘டேய் ரமணி நின்னுருச்சுடா’ என்று உணர்ச்சிவசப்பட்ட ஜேப்பியை ‘நீ அவன் பின்னாலயே மணியாட்டீட்டுப் போயேன்யா’ சொல்லி முறைத்தார் குமார். தூறல் விட்டுவிட்டது போல்தான் தெரிந்தது. முன்புறம் வந்த ரமணி படீரெனத் தேங்காயை உடைத்ததுதான் தாமதம். சிக்னலுக்குக் காத்திருந்தது போல சடச்சடவெனக் கொட்டியது மழை. மழையென்றால் அப்படியொரு மழை. ஒவ்வொரு துளியும் தேங்காய்த் தண்ணீரின் அளவு இருக்கும் போல.

தொப்பரையாக நனைந்திருந்த கைக்குட்டைகளைத் தலையில் போட்டுக்கொண்டு கடையோரம் ஒதுங்கியிருந்த கமிட்டிக்காரர்களையும் கச்சேரிக்காரர்களையும் தேனீர் தந்து ஆற்றுப்படுத்தினார் கச்சோடக்காரர். இரண்டு கைகளாலும் அதை வாங்கி ஒரு மிடறு உறிஞ்சித் திரும்பிய ரமணி, எதிரில்

வந்த ஒரு ஏட்டனைப் பார்த்துப் புன்னகைக்க அவரோ கண்டு கொள்ளாமல் உள்ளே போனார். அவர்தான் கற்பூரத்திற்காகக் கடை கடையாய் அலைந்தவர். கடையினுள் சென்று திரும்புகையில் ரமணியைக் கடக்கும்போது 'நாஷங்ஙளு' என்றார்.

ஓ என் கடவுளே

இயற்கை மட்டுமல்ல மனிதர்களும் சதி செய்வதுண்டு. ஊர் ரெண்டுபட்டால் கூத்தாடிக்கு உண்மையில் திண்டாட்டந்தான். கச்சேரிக்காரன் எத்தனை பேரைக் கடக்க வேண்டும் தெரியுமா? ஊர்ப் பெரிய மனிதர்கள், கலாச்சாரக் காவலர்கள், மாநகரக் காவலர்கள், வயசாளிகள், விடலைகள், ரசிகர் மன்றத்தினர், கோவில் நிர்வாகிகள், அன்பளிப்பு கொடுத்து நிர்ப்பந்திப்பவர்கள், கொடுக்காமலே கொடுத்ததாகப் பேர் சொல்ல நிர்ப்பந்திப்பவர்கள், தற்போதைய விழாக் குழு, எதிரணியினர், கண்ணீர்ப் பாடல்களை விரும்பும் நடுத்தர வயதுப் பெண்கள், காதல் பாடல்களை எதிர்பார்க்கும் இளம் பெண்கள், பழைய பாடல் விரும்பிகள், புதுப்பாடல்களுக்குப் புழுதி கிளப்பக் காத்திருக்கும் தம்பிகள், ஆளுங்கட்சிப் பிரமுகர், எதிர்கட்சி ரௌடி, மண்ணாங்கட்டி, மண்வெட்டி, தேங்காய்ச்சிரட்டை எல்லாவற்றையும்தான்.

இளைஞர் நற்பணி மன்றத்தினர் நடத்தும் பொங்கல் விழாவுக்கான கச்சேரியில் மும்மதப் பாடல்களையும் பாடி நிகழ்ச்சியைத் துவக்குவதாகத் திட்டம். அன்றைய நாட்களில் மெல்லிசை மேடைகளில் அதிகம் பாடப்படாத பாடல்களை வழங்கலாம் என்னும் யோசனையைச் சொன்ன 'கீ போர்டு' எட்வின், பாடல்களையும் பரிந்துரைத்தார். 'மருதமலை மாமணியே' பாட்டைப் 'போடி' ராஜன் ப்ரமாதமாப் பாடுவாரு அதப் போட்டுட்டு, 'தேவனே என்னைப் பாருங்கள்' பாட்டை நம்ம டியெம்மெஸ் பைரவன் சார் பாடட்டும். 'அண்ணல் நபி பொன்முகத்தை' ரகூப் பாய் பாடினதுக்கு அப்புறமா ஜானும் சுதாவும் 'யாதும் ஊரே' பாடட்டும் . . . அப்பிடியே சினி சாங்ஸ்க்குப் போய்ருவோம் என்னா சொல்றீங்க" என்றதும் பொதுக்குழு ஏகமனதாக அதை ஏற்றுக் கொண்டது. தீர்மானம் நிறைவேற்றப்பட்டதும் இரண்டொரு நாளில் ஒத்திகை என அறிவிக்கப்பட்டது. அப்போதிருந்தே உச்ச சுரத்தைத் தொடுவதற்கு மண்ணில் உருளவும் புரளவும் தொடங்கிவிட்டார் ரகூப் பாய். ஏற்கனவே பாடிய பாடல்தான் என்னுடையது. ஓரிரு முறை கேட்டால் போதும். 'போடி' ராஜண்ணனிடம் எந்தப் பாடலைச் சொன்னாலும் ஒரேமாதிரித் தலையாட்டுவார். அவருக்கென்ன சட்டைப் பையிலிருந்து விசிட்டிங் கார்டுகளை எடுத்துக் கொடுப்பது மாதிரி சங்கதிகளை வினியோகிப்பார். கரும்பைப் பற்றியோ கூலியைப் பற்றியோ கவலைப்படாத யானை.

‘கரண்டே கட்டானாலும் கடேசி வரய்க்கும் கேக்குமே அவரு பாடரது.’

லேசான கவலையுடன் பேசினார் பைரவன். பைரவனுடைய பெயர்தான் ஆர்.எஸ். மனோகர், அசோகன் ரேஞ்சுக்கு இருந்ததே தவிர ஆள் என்னவோ சந்திரபாபு மாதிரிதான் இருப்பார்.

‘ஏண்ணா உங்க பாட்டும் நல்ல பாட்டு தானே’

‘நல்ல பாட்டுதான் பெரிய விசியமொன்னும் அதுல இல்ல’

இரண்டு அடிகள் முன்னே நடக்கவிட்டு ‘டருக்’கென்று மூக்குப் பொடியை உறிஞ்சிப் பின் ஒரு தாவலில் வந்து சேர்ந்து கொண்டார்.

‘எட்ழவு இட்கிலிஷ்ட் வார்ட்தையெல்லாம் எடைல வட்ரும்‘

மூக்குப்பொடியின் தயவில் மேஜர் சுந்தர்ராஜன் குரலுக்கு மாறியிருந்தார். பொடியின் காரத்தினால்தான் கண்கள் சிவந்து குளம் கட்டியிருந்தது என்றாலும் பார்க்கப் பரிதாபமாக இருந்தார்.

‘ஓ மை லார்ட் பாடன் மீ யா?’

கேட்கும்போதே வேறு ஒரு பாட்டில் வரும் ‘ஐ லவ் யூ’வை அவர் உச்சரித்த விதத்தை நினைத்ததும் சிரித்துவிட்டேன். ஏற்கனவே டி.எம்.எஸ்ஸை இமிடேட் செய்வதற்காக அவரது மொத்தக் கவனத்தையும் மூக்கின்மீது குவித்திருப்பார். அதைப் பார்க்கும்போதே பீறிட்டு வரும் சிரிப்பு. இதில் இங்கிலீஷ் வேறு. ‘ஐ லவ் யூ’வில் ‘லவ்’ சொல்லும்போது கீழுதடு முழுவதும் கடிபடும்.

‘அட அதில்லப்பா அது கூட ஈசிதான், எழவு . . . கொஸ்டீன் ஏன்சர்னு இன்னொரு எடத்துல வரும்’

எழவு சொல்லாமல் வாழ்வது பைரவனுக்குக் கடினம். என்னால் அவரது ‘ஐ லவ் யூ’விலிருந்து வெளியே வரமுடியவில்லை. சிரித்துக்கொண்டே இருந்தேன். ரிகர்சலில் நாங்களெல்லாம் பாடி முடித்த பின்னும் அவருக்கு இங்கிலீஷ் டியூஷன் எடுத்துக் கொண்டிருந்தார்கள்.

பொங்கலன்று பைரவன் மேடைக்குப் பின்பக்கம் தனியாக நின்று வசனம் பேசிக் கொண்டிருந்ததைப் பார்த்த மனோகரண்ணன்,

“ஏந்தம்பீ! நம்ம டியம்மசு கிரிஸ்டீனாயிட்டாரா?” என்றார் அப்பாவியாக.

‘அட நெஜமாத்தான் ஸ்டேஜுக்குப் பின்னாடி நின்னுட்டுக் குசுகுசுன்னு பிரேயர் பண்றாரு. நான் கேட்டனெ ஓ ஜீசஸுன்னு சொல்லீட்டு இருந்ததை இந்தக் காதால கேட்டேன்.’

ஆடியோ உதவியாளர் பினாமி ‘ணோவ் அவுரு பாட்ட ‘பிராட்டிக்சு’ பண்றாருண்ணா’ என்றதும்தான் ‘ஓ மை காட் லார்ட் சங்கரா’ என்று அமைதியானார்.

திடீரென மேடைக்கு முன்புறம் இளைஞர் மன்றத்தினர் பரபரப்பானார்கள். ஏதோ பதற்றமாகப் பேசிக் கொண்டார்கள். ஜிப்பா அணிந்து முக்கியப் பொறுப்பு வகித்தவர் ஜிப்பாவின் கைகளைச் சுருட்டி வேட்டியை மடித்துக் கட்டி சவுக்குப் பூட்டை உருவிக்கொண்டு ஓடியதைப் பார்த்ததும்

‘இன்னிக்குக் கச்சேரி நடந்த மாதிரிதான்’ சங்கடஸ்தரானார் மனோகரண்ணன்.

மேடையின் பின்பக்கம் தபேலா ஜேப்பி சொல்லிக் கொடுத்துக் கொண்டிருந்தார்

‘ஓ மை லார்ட் ப்ளீஸ் ஆன்ஸர் . . . அட, சிரிக்காமச் சொல்லுங்க ரெண்டு தடவை சொன்னா வந்துரும் . . . சொல்லுங்க பை’. பை என்பது பைரவனின் செல்லப் பெயராம்.

‘ஆன்ஸர் மை பிரேயர் . . . சொல்லுங்க . . . சித்திரமும் கைப் பழக்கம் . . . செந்தமிழும் நாப்பழக்கம்’ தான் ஒரு வாத்தியார் என்பதை எந்த வகையிலாவது நினைவூட்டிவிடுவார் ஜேப்பி.

‘வாத்தியார் சார் அது தமிழுக்குச் செரி . . .இந்த எழவுக்குப் பொருந்தாது’ இது பைரவ் மகராஜ்.

‘இந்தப் பையனை உங்க வீட்டுக்குக் கூட்டிட்டுப் போயி டூசன் நடத்துங்க வாத்தியார் சார், கச்சேரி கேன்சல். அடிதடியாயிட்டுக் கெடக்குது அங்க’

புளியைக் கரைத்தான் ஜெகதீஷ். அதிர்ந்து போனார் பைரவன்.

‘கேன்சலா? அடப் பாவிகளா. அவினாசி வரைக்கும் லிஃப்ட் குடுக்குமா கம்பெனி?’

ஜேப்பி புலம்ப, பாட்டின் தொல்லையிலிருந்து தப்பியதற்காகச் சிரிப்பதா? வருமானம் போனதற்காக அழுவதா? வழக்கம் போல் பொடியை உறிஞ்சிக்கொண்டு விழித்தார் சந்திரபாபு. மேனேஜர் சரவணன் வந்து தெளிவுபடுத்தினார். பெரிய கட்சிக்காரர்களுக்கு இளைஞர் மன்றத்தினர் தங்களை ஒதுக்கிவிட்டு ஊர்க் காரியம்

செய்வது பிடிக்கவில்லை. குழப்பத்தை ஏற்படுத்த அவர்கள் போட்ட திட்டமும் பலிக்கவில்லை.

'சார் நாம ஆரம்பிச்சரலாம் சார்'

பவ்யமாகச் சொன்னது முக்கிய ஜிப்பா. கோலாகலமாகத் துவங்கியது கச்சேரி. கைத்தட்டல்களை அள்ளிக் குவித்தது மருதமலை முருகன் பாட்டு. அதனைத் தொடர்ந்து...

தேவனே என்னைப் பாருங்கள்
என் பாவங்கள் தம்மை வாங்கிக் கொள்ளுங்கள்.
ஆயிரம் நன்மை தீமைகள் நாங்கள் செய்கிறோம்
நீங்கள் அறிவீர் மன்னித்தருள்வீர்...

எல்லாம் நன்றாகத்தான் போய்க் கொண்டிருந்தது. 'ஓ மை லார்ட் ப்ளீஸ் கேன்சல் மை பிரேயர்' என்று பைரவன் உளறும்வரை.

ஏன்டி முத்தம்மா

சுந்தர் ஹெட்ஃபோன்களைக் கழற்றிவிட்டுக் கண்களைத் துடைத்துக் கொண்டான். முரணாக முறுவலித்துக்கொள்ளவும் செய்தான். நெஞ்சுவலி கொஞ்சம் குறைந்த மாதிரியிருந்தது. ஏனோ பனங்காட்டு ஆஸ்பத்திரியின் மைதானம் நினைவுக்கு வந்தது. சீமைக்கருவேல மரங்கள் சூழ்ந்த அந்த மைதானத்தில் சிறுவயதில் விளையாடும்போது பாதங்களில் குத்தி உடைந்து நிற்கும் முள்ளின் முனையை எடுத்துவிடுவதற்குப் பின்னூசி, பிளேடு சகிதம் உட்கார்ந்து பாதத்தை மடியில் ஏந்திக்கொண்டு அறுவை சிகிச்சைக்குத் தயாராவாள் அக்கா. திமிறிவிடாமல் இருக்க அமுக்கிப் பிடித்துக்கொண்டு இவன் அலறுவதை ரசித்துச் சிரிக்கும் சினேகிதத் துரோகிகள் இரண்டு பேர். அதில் ஒருவன் வாயில் கடலை உருண்டை வேறு. முள் குத்திய பகுதியின் தோலை பிளேடால் மிக மெல்லியதொரு ஸ்டிக்கர் பொட்டு மாதிரி வட்ட வடிவில் அறுத்து எடுத்தவுடன் விரல் நகத்தால் சுரண்டிப் பார்க்கத் தட்டுப்படும் முள்ளின் நுனியைப் பின்னூசியால் அகழ்ந்து எடுப்பாள் அக்கா. அது ஒரு சுகமான வலி. இப்போது அக்கா இல்லை. வலிக்கும் ஒவ்வொரு முறையும் மனதில் தைத்திருக்கும் முட்களை எடுத்துவிடப் பின்னூசி, பிளேடு சகிதம் காத்திருப்பார் இளையராஜா.

"ஏம்பா கொஞ்ச நேரம் தூங்கலாம்ல? சாயந்தரம் கச்சேரி பாக்கப் போணும்னியே?" அம்மா கேட்க ஆமோதிப்பதுபோலத் தலையாட்டினான்.

“கச்சேரி முடிஞ்சதும் வந்துரு, அவனப் பாத்தேன் இவனப் பாத்தேன்னு ஆர்கெஸ்ட்ராக்காரனுகளோட சுத்திக் கிட்டிருக்காதே”

“சரிம்மா” என்றான் வெறுப்பாக

“டாக்டரு சொன்னதத்தான சொல்றேன்?” கனிந்தாள் அம்மா. “எங்கப்பன் சீக்கிரமா வந்துரு சாமீ”

சுந்தர் உடனே எரிச்சலாக ‘அந்தாளுதான் இனிமே கச்சேரிக்கு வாசிக்கப் போகவேண்டான்னும் சொன்னாரு’ என்றான் அட்டாலியில் ஏறியிருந்த தபேலா பைகளை ஏக்கமாகப் பார்த்தபடி

“யப்பா, அவரு ராத்திரி கண்ணு முழிக்கக் கூடாதுன்னுதான் சொன்னாரு. நீ வீட்டுல வாசி யாரு வேண்டான்னா?”

“ஆமா வீட்டுல நீ பாடு, நான் வாசிக்கிறேன் . . . உன் புருஷன் ஆடட்டும்”

“அடப்போடா” அசட்டுச் சிரிப்போடு அம்மா வெளியே போக கட்டிலின்மேல் உட்கார்ந்தவன் அப்படியே சாய்ந்து கொண்டான்.

கோயம்புத்தூர் ரத்தின சபாபதிபுரம் மாநகராட்சிக் கலையரங்கத்து இருக்கைகள் நிரம்பிக் கொண்டிருக்க மேடையின் வலது ஓரத்தில் இருந்த அறைக்குள் பதற்றத்துடன் உலவுகிறார் ஏட்டன் வேலாயுதம்.

“இன்னுங் காணோம் பாரு” கோபமும் வருத்தமும் அவர் முகத்தில் படர்ந்திருந்ததன் காரணம் டிரம்ஸ் வாசிக்கும் டேனிலைக் காணாததுதான். வாசல்வரை வந்து இடம் வலமாகப் பார்ப்பதும் உள்ளே போய்விட்டு இரண்டொரு நொடிகளில் திரும்பி வாசலுக்கு வருவதுமாக இருந்தவர்.

‘எப்பும் இப்படிச் செய்யமாட்டெ டேனிலு என்ன ஆச்சு தெரியல்லெ’

என்று புலம்பினார். இருபது வருடங்களுக்கும் மேலாக மெல்லிசைக் கலைஞர்களை ஒருங்கிணைக்கும் பணியிலிருக்கும் வேலாயுதத்திற்கு டேனிலின்மேல் தனிப் பாசம் உண்டு. காரணம் டேனிலின் அசாத்தியத் திறமை.

‘டேனிலு வாயிக்கும்பொ தன்னெ ட்ரம்மின்டெ ஷப்தம், ஷப்தமாயிரிக்கும் . . . அவென்டெ ஸ்டெய்லு எனிக்கிஷ்டானு’ என்பார்.

உண்மைதான். டேனிலின் ‘ஃபுட் பேஸ்’ தட் தட் என்று நெஞ்சில் முட்டிக் கேட்பவருக்கு இன்ப அதிர்வுகளைத்தர

ஒருநாளும் தவறியதில்லை. ஒலியில் வடிவம் வார்க்கும் சிற்பி டேனில். 'சங்கீத மேகத்தில்' அவரது மணிக்கட்டு 'ஹை ஹேட்ஸி'ல் விளையாடும்பொழுது சில்லோசையுடன் சன்னமழை பெய்வதையுணர்ந்து காது மடல்கள் சிலிர்க்கும். பாட்டுக்குத் துணையாக நடந்து கொண்டிருக்கும் வாசிப்பில் இடி இடித்தது மாதிரி 'தட்ரூம் டம் டகடம்' என்றொரு முடிப்பு வைக்கும்போது 'ஆமா சாமீ' என்று தலையாட்டுவார்கள் முன்னிருக்கும் ரசிகர்களும் மேடையிலிருக்கும் கலைஞர்களும்.

'இளமை இதோ இதோ' தொடங்கும்போதே திடுதிடுதிடுவென அதிரும் மேடையில் அசுரனாக மாறியிருப்பார் டேனில். 'நான்தான் சகலகலா வல்லவன்' என்று பாடகர் தன்னை அறிவித்துக் கொண்டாலும் துள்ளும் ரசிகர்கள் டேனிலைத்தான் கொண்டாடுவார்கள். அவர்களுக்குத் தெரியும், யார் மேல் சாமி வந்திறங்கியிருக்கிறதென்பது. 'மடைதிறந்து' பாட்டுக்குள் உடைப்பெடுத்துக்கொண்டு ஓடும் டேனிலின் ட்ரம்மிசைப் பெருவெள்ளத்தில் நனைந்து மகிழவே திரையிசை ரசிகனின் மனம் விரும்பும். 'பூவே செம்பூவே'வின் இரண்டாம் இடையிசையில் நொடிப்பொழுதில் 'திருதப் திருதப்' என்று உறுமிவிட்டு ஒதுங்கும் டிரம் பீட்டைக் கேட்கும்போதெல்லாம் சுந்தரின் ஞாபகத்துக்குள் குச்சிகளைச் சுழற்றும் டேனில் வருவார். இப்போதும் வந்தார்.

'முன்னாடி இருக்கற ஜனங்க கைதட்டுனா போதாது மாப்ள, பின்னாடி இருக்கற கலைஞனுக உம்முதுகுல தட்டிக் குடுக்கனும், புரிஞ்சதா?... உடனே சிந்திக்கற மாதிரி நடிக்கிறான் பாரு. நேத்து, இவங்கிட்ட சங்கராபரணத்துல தொரகுணா தெரியுமான்னு கேட்டா ...'பிபிஎஸ்' வாய்ஸ் பாடற தொரையத் தெரியுங்க ... 'மிமிக்ரி' குணாவும் நல்ல ப்ரெண்டுதாங்க, ஆனா அவங்க வீடு சுந்தராபுரத்துல இல்லீங்களே அப்படிங்கறான் என்று பேச்சினூடே நக்கலைச் சரளமாகக் கலந்தடிக்கும் டேனிலை நகைச்சுவையில் அடித்துக்கொள்ள ஆளில்லை.

'ஒரு சிகரெட் குடுங்கண்ணா' என்று கேட்டால் கொடுப்பார்.

'தீப்பெட்டி வெச்சுருக்கீங்களா?'

'நெருப்பு குடுங்க'

என்றெல்லாம் தொடர்ந்து அவர் புகைப்பதைத் தொந்தரவு செய்தால்,

'ஏம் மாப்ள ஒதடு நொரையீரல்லாம் கொண்டு வந்துருக்கியா? இல்ல அதையும் நாந்தான் தரனுமா?'

என்று கோபத்தைக்கூடப் பிரமாதமாக வெளிப்படுத்துவார்.

ஒலிப்பொறிஞர் சந்திரனுக்கு 'எடுபிடி' வேலை செய்யும் அய்யர், ஒருமுறை டேனிலிடம் சிக்கிக்கொண்டார். பார்வைக்கு ஜவஹர்லால் நேருவைப் போல அச்சு அசலாக இருக்கும் அய்யரை, ஏற்கனவே தெரிந்தவர்களுக்கு இன்னொரு முறை அறிமுகப்படுத்தி வைத்தார்.

'இவருதான் மாப்ள நேருவோட தம்பி… பேரு கோணை!'

○

தேனீர் பருகிவரக் கலையரங்கத்திலிருந்து வெளியே வந்த ஒலிக்கூடத்துப் பையன்கள் கும்பிடப்போன தெய்வம் பெட்டிக்கடையோரம் வெண்சுருட்டோடு நின்றிருந்ததைப் பார்த்துவிட்டு

'இங்க பார்ரா இந்தாளு இங்கிருக்காரு'

'ணா… உங்களக் காணோம்னு யேட்டா பொலம்பீட்டுருந்தாரு'

அதைக் கேட்ட பின்பும் பதற்றமேதுமில்லாமல் புகையை விட்டுக்கொண்டு சாலையைக் கடந்த டேனிலைக் காட்டி,

'நதி எங்கே போகிறது?' எஸ்.பி.பி. சுரேஷ் ஜாடையாகப் பாட,

'கடையைத் தேடி' டூப்ளிகேட் டி.எம்.எஸ். காளிமுத்து பதில் பாடினார்.

அவர்கள் யூகித்தது போலவே டேனில் மதுக்கூடமிருந்த சந்துக்குள் நுழைவதை அடுமனையிலிருந்து பார்க்க முடிந்தது. வேலாயுதத்தின் தவிப்பு நினைவுக்குவர சுந்தருக்கு டேனிலின்மீது கோபம் வந்தது.

'இந்தாளுக்கு நேரம் காலம் கெடையாதா பாவா?' புல்லாங்குழல் மோகனிடம் எரிச்சலோடு கேட்கவும்

'ஏங்க, உங்களுக்கு விஷயம் தெரியுமா, தெரியாதா?' என்று பயங்கர கோபத்துடன் முறைத்த 'மலேஷியா' முத்துக்குமாரைக் குழப்பமாகப் பார்த்தான் சுந்தர்.

'இல்ல தெரிஞ்சிருக்காது, இவருதான் மூணு மாசமா ஊருல இல்லயே… கச்சேரி முடிஞ்சதும் பேசிக்கலாம், நேரம் ஆயிருச்சு' என்று மோகன், முத்துக்குமாரைச் சமாதானப்படுத்தவும் சுந்தர் இன்னும் குழம்பினான்.

'அவரு வலி அவருக்கு, இவங்களுக்கு என்ன தெரியும்?'

என்று முகம் சிவந்த முத்துக்குமாரை நெருங்கி

'அண்ணா நெஜமாவே எனக்கு ஒண்ணும் புரியல... நான் ஏதாவது தப்பாப் பேசிட்டேனா'

என்று வெளியே பணிந்து கேட்பது போலக் கேட்ட சுந்தருக்கு

'அடப் போங்கய்யா... குடிக்கறதுக்குச் சொத்தையா ஏதாவது காரணம் சொல்லப் போறீங்க'

என்கிற எண்ணந்தான் மனதிற்குள் ஓடிக்கொண்டிருந்தது. மோகனுடன் முத்துக்குமார் எழுந்து போனதும் தாளக்கார மணியும் தபேலா ராஜனும்,

'அழுக்குச் சட்டையோட மேடைக்கு வர்றாருண்ணா மொதல்லயெல்லாம் எப்பிடி வருவாருன்னு உங்களுக்குத் தெரியும்லண்ணா' என்றார்கள். 'ரேமாண்ட்', 'காடுராய்', 'கொரியன்பிட்' என்று ஆங்கிலோ இந்தியர் போல உடுத்தும் நாகரீக டேனிலா இப்படியெல்லாம் நடந்து கொள்கிறார்? சுந்தருக்கு ஆச்சரியமும் குழப்பமுமாக இருந்தது.

'என்ன ஆச்சு இந்தாளுக்கு?'

'வாசமில்லா மலரிது'ல 'தனி' வாசிக்கணும்லண்ணா, சத்தமே வர்ல... பாத்தா அப்படியே மேடைக்குப் பின்னால வுழுந்து கெடக்குறாரு... மப்புல'

என்றெல்லாம் குற்றப் பத்திரிகை வாசிக்கத் தொடங்கினர்.

சுந்தர் மதுக்கூடத்தின் சந்துக்குள் நுழைந்தான். இரண்டாவது புட்டியைக் குவளையில் சரித்துக் கொண்டிருந்த டேனிலின் உடைகளில் அங்கங்கே தீற்றல் தீற்றலாகச் செம்மண் அப்பியிருந்தது.

'வா மாப்ள சரக்கடிக்கிறியா'

'பழக்கமில்லண்ணா'

'அது செரி... இதெல்லாம் ஆம்பிளைங்க பழக்கம்' என்றவுடன் சுந்தருக்குச் சிரிப்பு வந்துவிட்டது. இதுதான் டேனில். இந்த டேனிலைத்தானே தேடிக்கொண்டிருந்தான்.

'சட்டைல மண்ணாயிருக்கு தண்ணி எடுத்துட்டு வர்ட்டா?

என்றதற்கு, முகத்தை ஒருமாதிரியாக வைத்துக்கொண்டு

'வேறெ வேல ஏதாவது இருந்தா பாரு மாப்ள போ' என்று சீறினார்.

சுந்தர் அவர் தோளில் ஒட்டியிருந்த மண்ணைத் தட்டிவிட முயல்கையில் பட்டெனக் கையைத் தட்டி விட்டுவிட்டு, கெட்ட வார்த்தையில் திட்டினார் சத்தமாக. பின்பு விசித்திரமாகச்

சட்டையில் ஒட்டியிருந்த மண்ணைப் பரபரவெனத் தேய்த்து எடுத்துத் தம்ளரில் கொட்டி பாட்டிலில் இருந்த மீதத்தையும் அதில் ஊற்றி ஒரே மடக்கில் மண்ணோடு சேர்த்துக் குடித்துவிட்டு 'இப்ப என்ன செய்வ' என்பது போல அவனை முறைத்தார். திரும்பவும் சரமாரியாகக் கெட்டவார்த்தைகள். இதற்குமேல் தாங்காது பின்வாங்கி வெளியேறினான். கலையரங்கத்துக்குப் போய்க் கச்சேரி கேட்கும் மனநிலை இல்லை. என்ன செய்யலாம் . . . யோசனை செய்தபடி நடந்தபோது நண்பர்களோடு வந்து சேர்ந்தான் ஃபிரான்சிஸ். டேனிலின் சிஷ்யன். சிஷ்யன் மட்டுமல்ல. எல்லாம் தெரியும் அவனுக்கு. சுந்தருக்கு அவனுடன் பேச வேண்டும் போலிருந்தது. பேசத் துவங்கினார்கள்.

டேனில் அவரது இரண்டாவது மனைவி ('ட்ரம்தான் மாப்ள . . . என்னோட மொதொ பொண்டாட்டி!') மற்றும் மகள்களை மகிழ்ச்சியாகவே வைத்திருந்தார். இரண்டு பெண்களும் பெற்றவர்களை, பெற்றவர்கள் போலப் பார்த்துக்கொண்டார்கள். கச்சேரி முடித்து பின்னிரவில் அளவான போதையோடு வீடு வந்து சேரும் டேனில், வாங்கி வந்த தின்பண்டங்களைக் குழந்தைகளுக்கும் மனைவிக்கும் கைப்பட ஊட்டிவிடுவார். அதற்கப்புறம் அக்கம் பக்கத்து வீட்டுக்காரர்களும் எழுந்து விடுமளவு கூச்சலும் சிரிப்புமாகப் பொழுது விடியும். பகல் பனிரெண்டு மணிவாக்கில் பிள்ளைகளை அதட்டிக்கொண்டிருப்பார்.

'ஏய் . . . எந்திரிங்கடி பள்ளிகூடம் போல?'

'அப்பா நீ தூங்கலானு சொன்னதே காலைல ஆறரை மணிக்குத்தான்'

'ஆமா எம்பொண்டாட்டிக்கு நான் முட்டை புரோட்டா ஊட்டுறத நீங்க எட்டி எட்டிப் பாத்தனாலதான் தூங்கறதுக்கு லேட்டாச்சு . . . இல்ல டார்லிங்'

'நீ பேசாத, தண்ணியப் போட்டுட்டு வந்து ராத்திரியெல்லாம் ரோதனை பன்றது . . . அண்ணாச்சிக்குக் காசு குடுக்கணும் பணம் கொண்டு வந்திருப்பேன்னு பாத்தா ஒரு பைசா இல்ல . . .'

○

பின்னொரு நாளின் இரவு மணி பதினொன்று. காந்திபுரம் 'ஆறுமுகா மதுரசக்கடை' முன்பு 'மதன மாளிகையில்', 'இலக்கணம் மாறுதோ' என ஆளுக்கொரு பாட்டு பாடுகையில் டேனில் 'ஏன்டி முத்தம்மா' பாடத் தொடங்கினார். ஏன்டி முத்தம்மா பாடலை டேனில் பாடிக் கேட்கக் கொடுத்து வைத்திருக்க

வேண்டும். எடுத்த எடுப்பில் "ஏன்டி முத்தம்மா ... ஆ... ஆ... ஆ ..." பாட்டின் உச்சியில் முத்தம்மாவை விட்டுவிட்டுப் போதையில் மிதக்கும் கண்களோடு உதடுகளை ஒருமாதிரி ரசிக்கும்படிக் கோணித்துக்கொண்டு சர்ர்ர்ர்ரெனக் கீழே வந்து எம்.ஆர். ராதாவின் கட்டைக் குரலில் 'டார்லிங்' என்று பாடலில் இல்லாததைச் சொல்லிவிட்டு, விட்ட இடத்தில் மிகச் சரியாக அடுத்த ஏன்டி முத்தம்மாவைத் தொடருவார். 'நித்தம் நித்தம் மாறுகின்றதெத்தனையோ', 'பணம் பந்தியிலே' போன்ற ரத்தினங்களை உதிர்த்துக் கொண்டிருந்தவரை மதுவருந்தி வந்த கலாரசிகப் பெருமக்களெல்லாம் ரசித்து மயங்கி கான கந்தர்வன் இவன் எனப் போற்றிப் புகழ்ந்து கொண்டிருந்தபோது ராத்திரியுலா வந்தது மாநகரக் காவல் வண்டி.

'ஏம்பா இங்கே நிக்கறீங்க?' என்ற காவலரிடம்

'ஸார் நாங்கல்லாம் ஆர்டிஸ்டுக ஸார்' என்ற டேனிலையும் மீறி

'மிசிசியன்ஸ் ஸார்' என்று தமிழில் விளக்கிய ரசிகரின் வாய் மணந்ததைக் கண்டுகொண்ட காவலர் லத்திக்கம்பால் கொஞ்சம் தள்ளி நிற்கவைத்துத் தன் நாசியைக் காத்துக்கொண்ட நேரம், அங்கு வந்த ஃபிரான்சிஸ்,

'ணோவ் அந்தக்கா உன்னத்தேடியே ஒரு வழியாயிரும்ணா மூடிட்டு வண்டில உக்காருண்ணா'

என்றதும் எப்போதும் மரியாதையாகப் பேசுபவன் ஒருமாதிரியாகப் பேசியதை உணர்ந்த டேனில் மூச்சுக் காட்டாமல்

'நம் வாழ்வில் காணா சமரசம் உலாவும் இடமே'

என்று பாடிக்கொண்டே ஃபிரான்ஸிசின் மோட்டார் சைக்கிளில் ஏறி உட்கார்ந்தார்.

டேனிலின் மூத்த மகள் காதலனோடு தலைமறைவாகி யிருந்ததைச் சகித்துக்கொள்ள முடியாத அவளது தாய், வீதியில் அழுது புரண்டு, டேனிலின் சட்டையைப் பிடித்து உலுக்கிப் பின்பு அவரையே கட்டிக்கொண்டு அழுததையும் மனைவியைத் தேற்றும்பொருட்டு வாய் திறந்த டேனில் வினோதமாகப் புறங்கையைக் கடித்துக்கொண்டு அலறியதையும் சோகச்சித்திரங்களாக மனப்பதிவு செய்து வைத்திருந்தனர் நண்பர்கள். அன்றிரவு தோசை வாங்கி வந்து வற்புறுத்திச் சாப்பிட வைக்கும்போது தைரியம் சொல்லியிருக்கிறார் டேனில். விசும்பிக் கொண்டிருந்த மனைவி சமாதானமாகி முட்டை புரோட்டா கேட்கவும் கொஞ்சம் நம்பிக்கையோடு கடைக்கு

வந்து பொட்டலம் கட்டச் சொல்லிவிட்டுக் கவலையை மறக்க ‘ஆட்டோ’ முகுந்தனிடம் ‘மூலிகை’யை வாங்கிப் புகைத்திருக்கிறார். ‘யாரை நம்பி நான் பொறந்தேன்’ என்று திரும்பத் திரும்பப் பாடியவர் வாசலுக்கு வந்ததும் ‘நீ இல்லாத மாளிகையைப் பார் மகளே பா’ரென அழத் துவங்கியிருக்கிறார். மனைவியும் சின்னவளும் உள்ளே கூட்டிக்கொண்டு போனபோது அக்கம் பக்கத்து மனிதர்கள் டேனிலைப் பற்றிக் கவலைப்பட்டுக் கொண்டிருந்தார்களாம்.

மறுநாள் அதிகாலையில் புறங்கையைக் கடித்துக்கொண்டு டேனில் அலறியதைக் கேட்டுத் தெருவே பதைபதைத்துப் போய்ப் பார்த்தால் டேனிலின் டார்லிங் உத்திரத்தில் ஊசலாடிக் கொண்டிருந்திருக்கிறது. முந்தானையில் மூக்கைச் சிந்தியபடி வெளியே வந்த ஒரு மூதாட்டி ‘மானஸ்தி’ என்றாளாம். “தோணும்போதெல்லாம் போயி அந்தக்காவோட கல்லறயக் கட்டிப் புடிச்சுத் தூங்குறாருண்ணா. அப்படியே மண்ணோட எந்திரிச்சு வந்து சரக்கடிச்சுட்டுத் திரியறாரு” ஆளுக்கொரு கோணத்தில் அவரவர் பார்த்தவைகளைச் சொல்லச்சொல்ல சுந்தருக்குப் பாறாங்கல்லை விழுங்கிவிட்டது மாதிரி பாரமாகி நெஞ்சு வலிக்கத் துவங்கியது. உச்ச வலியை ஏற்படுத்திய வாக்கியத்தை டேனில் சொன்னதாக ஃபிரான்சிஸ் சொன்னான்.

‘அவ முட்டை புரோட்டா கேட்கும்போதே நா யோசிச்சிருக்க வேணாமா?’

ரஜினி ராக்கெட்

ரஜினிக்கெனத் தனித்தன்மை கொண்ட பாடல்களைத் தோற்றுவித்தவர் மெல்லிசை மன்னர்தான் என்று தோன்றுகிறது. சம்போ சிவசம்போ, நம்ம ஊரு சிங்காரி, மை நேம் இஸ் பில்லா, நான் பொல்லாதவன் போன்ற பாடல்களும் அதைத்தான் வழிமொழிகின்றன. ராகவேந்தர் இளையராஜா அதை அடுத்த தளத்திற்குக் கொண்டு சென்றார். 'ராமன் ஆண்டாலும்' பாடலின் வெவ்வேறுபட்ட இசைக்கலவையை ஒவ்வொரு முறையும் பழக்கலவை போல் சுவைக்க முடிகிறது. மெல்லிசை நிகழ்ச்சிகளில் பக்திப் பாடல்களைத் தொடர்ந்து திரையிசைப் பாடல்கள் வரிசையில் முதல் பாடல் பெரும்பாலும் ரஜினி பாடலாகத் தானிருக்கும். சமீபத்திய சிவாஜி வரையிலும் தொடர்ந்தது அது. ராஜா தந்த ரஜினி பாடல்களை மெல்லிசைக் கலைஞர்கள் வாசிக்கையில் வாசிப்பிலும் பாடகர்களின் உடல்மொழியிலும் அதீத உற்சாகம் தெரியும். இன்றளவும்கூடப் 'பொதுவாக எம்மனசு தங்கம்', 'ஆசை நூறு வகை' போன்ற பாடல்களை ரசிகர்கள் பிடிவாதமாகக் கேட்டு வாங்கிக் கொள்கின்றனர். அந்தப் பாடல்களுக்கிடையில் ஏதாவது இடைவெளியில் 'ஈ காக்கா கொசு' என்னும் சந்தத்தின்படி சிரித்து வைப்பார்கள் பாடகர்கள். ரஜினி மாதிரி சிரிக்கிறார்களாம்.

சரியான தூக்கம் (அ) ஓய்வு இல்லாமல் பாடகர்கள் பாடும்போது மேல்சுரங்களில் பிசிறு தட்டும். கலைஞர்கள் தங்களது சங்கேத

மொழியில் அதை 'வெள்ளி' என்பார்கள். 'எஜமான்' திரைப்படம் வெளிவந்திருந்த சமயம். 'ராக்கு முத்து ராக்கு' என்று ஒரு பாட்டு. முகப்பு இசை பிரம்மாண்டமாக இருக்கும். பின்னியிருப்பார்கள் ராஜாவும் எஸ்.பி.பியும்.

சரணத்தில் . . . . . .

'வான் சுமந்த வான் சுமந்த
வெண்ணிலவை வெண்ணிலவை
தான் சுமந்த தான் சுமந்த பெண்ணிலவே பெண்ணிலவே

– முடிந்ததும்

'மூணு மாசம் ஆன பின்னே
முத்து வரும் முத்து வரும்
பூர்வ ஜென்மம் சேர்த்து வெச்ச சொத்து வரும் சொத்து வரும்'

– குழுவினர் பாடி முடிக்க,

பாடும் நிலா,

வெள்ளி மணி தொட்டில் ஒண்ணு
விட்டத்தின் மேலே மாட்டிடணும்
தங்க மணி கண்ணுறங்க
தாலேலோ பாடி ஆட்டிடணும்...

என்று உச்சஸ்தாயியில் ஏறிப் பிளிறியிருக்கும். நாங்களெல்லாம் மனதாரக் கெட்ட வார்த்தைகளில் எஸ்.பி.பியைத் திட்டுவோம். 'மேல ஏறி சும்மா தொட்டுட்டு வந்தா பத்தாதா, கொடியைக் கட்டி அதை அலையலையா ஆட்டி வேற விடணுமா? பாட்டு வரியிலயே 'வெள்ளி' வேற, இந்தக் குண்டன் குறும்பு தாங்கல' என்று புலம்பினால்

'அந்தாளு என்னய்யா பண்ணுவாரு, எல்லாம் மொட்டையோட வேலை...இது அதை ஒரு வழி பண்ணிட்டுதான் விடுமாம், சொந்தமா பாடாதே நான் சொன்னதை மட்டும் பாடு. அதுக்குத்தான் கார்ட்ஸ் போட்டு வெச்சிருக்கேன்னு திட்டுமாம்'

அவரவர் வீட்டுப் பெருசுகளைக் குறிப்பிடுவது போல் அது இது என்று உரிமை பாராட்டுவதும் ஏதோ போன வாரம் முழுவதும் அவர்களோடு தங்கியிருந்துவிட்டுக் காலையில்தான் ரயிலில் வந்து சேர்ந்தது மாதிரியும் பேசுவார்கள் வாத்தியக்காரர்கள். மெல்லிசைக் கலைஞர்கள் தேனீர் அருந்தப் போகும்போதுகூட அவர்களின் மனதையும் வாழ்வையும் கவர்ந்துவிட்ட மொட்டையையும் குண்டனையும் மானசீகமாக உடனழைத்தே செல்கின்றனர்.

ஊட்டியில் ஒரு நிகழ்ச்சி ரஜினி ரசிகர்களால் ஏற்பாடு செய்யப்பட்டிருந்தது. கோலாகலமாகத் துவங்கத் திட்டமிட்ட அவர்களில் சிலர் ஊட்டியின் வட்டாரவழக்கில்

'மகென் அடி பின்னி எட்த்துருங்கொ மகென், எந்த்த அட்டிலயும் இத்து மாரி பன்னிருக்க குடாத்து, மொதொ ரஜ்னி பாட்டுக்கு முந்தி நாங்கொ பட்டாசு கொல்தீர்ரோம் ஸார், அந்த்த சத்தத்தோடவெ நீங்கொ தொடுங்கிருங்கொ என்னான்ரிங்கொ' வர்க்கி சாப்டுங்கொ மகென், டே டீ குட்தீங்களாடா, டீ குட்ச்சீங்களா'

ஏறக்குறைய சென்னை வட்டார வழக்கு போன்ற மொழியில் அன்பைப் பொழியும் ஊட்டிக்காரர்கள், பாசமாகப் பழகுவதிலும் நக்கல் செய்வதிலும் வல்லவர்கள். குளிரில் நடுங்கும் பாடகியைப் பார்த்துச் சகாக்களிடம்

'பாப்பாக்கு சுட் தன்னி குடுங்கம்மா எப்டி நடுங்து பார்' என்பார்கள்.

நான் வெள்ளிமணியில் 'வெள்ளி'யடித்து விடாமலிருக்க வேண்டுமென வேண்டிக்கொண்டிருக்கையில் அதற்கும் மேலொரு தங்கமணி இருப்பது நினைவுக்கு வந்ததும் துணுக்குற்றேன். ஏற்கனவெ 'வெள்ளி'யடிப்போர் சங்கத்தின் தலைமைப் பொறுப்பில் இருந்தேன். பக்திப் பாடல்கள் முடியமுடிய சைகை காட்டிவிட்டுப் பட்டாசு வைக்கப் போனார்கள் ரஜினி மன்ற நண்பர்கள். வாணவேடிக்கைகள் முழங்க முகப்பிசையுடன் ராக்கு முத்து ராக்கு தொடங்கியது. உள்ளூக்குள் உதறலோடு பாடத் தொடங்கினேன். பல்லவி நல்லபடியாகவே முடிந்தது. முதல் இடையிசைக்குப்பின் 'வான் சுமந்த வான் சுமந்த வெண்ணிலவ வெண்ணிலவ' பாடியபின் நான்கு அட்சரத்திற்குத் தாள வாத்தியம் தனித்துப் பேச வேண்டும். ஊமையாகி இருந்ததை நான் கவனிக்கவில்லை. வெள்ளிதான் மனதை ஆக்கிரமித்து இருந்தது. 'தாள் சுமந்த தான் சுமந்த பெண்ணிலவே பெண்ணிலவே' இப்போது தாள வாத்தியம் பேசாயலிருந்ததைக் கவனித்து விட்டேன். ஆனால் திரும்பிப் பார்த்தால் வின்சென்ட் திட்டுவார். 'பாடும்போது என்ன வேடிக்கை, நம்மாளு தப்பு பண்ணிட்டாருன்னு நாமளெ காட்டிக் குடுக்கக் கூடாது' என்பார். நான்கு அட்சரத்திற்குப்பின் குழுவினர் பாடவேண்டும். ஓரக்கண்ணால் ஜெயகாந்தனையும் ஆன்டணியையும் தேடினால் காணவில்லை. என்ன நடக்கிறது என்னைச் சுற்றி? திரும்பிப் பார்த்தால் அய்யோ! மேடையின் பின்பகுதி பற்றி எரிந்து கொண்டிருக்கிறது. வாண வேடிக்கையின் எதிர் விளைவு. விட்ட ராக்கெட் ஒன்று மேடையில் வந்து இறங்கியிருந்தது.

ராகதீபம் ஏற்றும் நேரம்

‘கலா மாமீ . . . சூப்பர் சிங்கர் போட்டுட்டான்’ என்று பக்கத்து வீட்டுப் பெண் குரல் கொடுத்ததும்,

‘நாங்களும் அதைத்தான் பாத்துண்டு இருக்கோம்’ என்றாள் சிறுமி காயத்ரி.

சின்னத்திரையில் ‘இப்போது . . . சூப்பர் சிங்கரை அறிவிக்கப் போகிறோம்’ என்பதை மட்டுமே ஐந்தாறு தடவை அறிவித்துவிட்டார் தொகுப்பாளர். தொடர்ந்து பத்துப் பனிரெண்டு விளம்பரங்கள்.

‘ச்சட்டுனு சொன்னா என்னவாம் இவாளுக்கு? மனுஷாளை எப்படிப் படுத்தறான் பாருங்கோ’

என்று சலித்துக்கொண்ட கலா மாமியிடம்,

‘சட்டுனு சொல்ல அவா என்ன கத்தரிக்கா வியாபாரமா பண்ணிண்டு இருக்கா, ஜவ்வு மாதிரி இன்னும் கொஞ்சம் இழுத்துச் சொன்னாதான் அவாளுக்கும் ஸ்பான்சர் . . . ப்ச் . . . உனக்கு இப்பொ சொன்னா புரியாது’

என்ற வாண்டு, மாடிப் படிகள் ஏறி, ‘அப்பா சீக்கிரம் வாங்கோ அனவுன்ஸ் பண்ணப் போறா’

என்றாள். வேட்டி நுனியில் கண்ணாடியைத் துடைத்துக்கொண்டு அறையிலிருந்து வெளியே வந்தார் சூரிய நாராயணய்யர். வயது நாற்பதுகளின் துவக்கத்தில். ஒன்றுக்கு ஒன்று என்ற விகிதத்தில் கறுப்பும் வெள்ளையுமாக சுருள் சுருளாய் நல்ல

அடர்த்தியோடு இருந்தது கேசம். 'பூவிழி வாசலிலே' ரகுவரனை நினைவுபடுத்தும் முகம். உயரமும் அப்படியே.

காயத்ரி யூகித்திருந்த போட்டியாளரையே வெற்றி பெற்றவராக அறிவித்ததும் 'யே' எனத் துள்ளினாள் குழந்தை. 'கரெக்டா கெஸ் பண்ணிட்டா பாருங்கோ' என்று தாத்தாவிடம் பேத்தியைப் புகழ்ந்தார் பாட்டி.

மறுநாள் மதியம் சாப்பிட்டபின் மாடியறைக்கு வந்த நாராயணய்யர், ஜன்னலின் வழியே வெளியில் தெரிந்த பவளமல்லியைப் பார்த்தார். காலையிலிருந்தே மனது இயல்பாக இல்லை. வாசலில் சின்னப் பையன்கள் சிரித்து விளையாடிக் கொண்டிருக்கும் சப்தம் கேட்கிறது. சிலுசிலுவென வீசிய காற்று ஏதோ செய்தது. கட்டிலில் சாய்ந்து கொண்டார். மூடிய கண்களுக்குள் சூப்பர் சிங்கராகத் தேர்ந்தெடுக்கப்பட்டவரை நண்பர்கள் தோள்களில் தூக்கிக்கொண்ட காட்சி திரும்பத் திரும்ப ஓடுகிறது. எழுந்து, பீரோவைத் திறந்து, லாக்கருக்குள் பத்திரப்படுத்தியிருந்த சின்ன நோட்டைத் திறந்து அதற்குள் வைத்திருந்த கடிதங்களை எடுத்தார். அவற்றைக் கட்டிலில் பரப்பி, முதுகுக்கு இரண்டு தலையணைகளை வைத்துச் சாய்ந்துகொண்டு இளஞ்சிவப்பு வண்ணக் கடிதமொன்றை எடுத்துப் பிரித்தார்.

கூடலூர் 4.1.94
அன்பு சூரிக்கு,

நான் சென்னையிலிருந்து நேற்றுதான் திரும்பினேன். சாதகம் செய்கிறாயா? நீ விரைவில் கோரஸ் பாடி, அப்புறம் டிராக் பாடி, கடைசியாக கேஸட்டில் உன் பெயர் வர வேண்டும். டீ. வி யிலும் பத்திரிகைகளிலும் உன் படம் வர வேண்டும். அப்படிக் கற்பனை செய்து பார்க்கும்போதே எனக்குக் கண்ணீர் வருகிறது. சூரி, நீ அதற்குத் தகுதியானவன்தான். நான் சன் டீ.வி யின் பாட்டுக்குப் பாட்டு போட்டியில் கலந்துகொள்ள உன் பெயரில் விண்ணப்பம் அனுப்பியிருக்கிறேன். அப்புறம் உன்னோடு பகிர்ந்துகொள்ள ஒரு விஷயம் ஆனந்த விகடன் பத்திரிகை அலுவலகத்திற்குச் சென்று கார்ட்டூனிஸ்ட் மதனைச் சந்தித்துச் சுமார் இருபது நிமிடங்கள் பேசினேன். என்னுடைய கார்டூன்களை எல்லாம் பார்த்து மிகவும் பாராட்டினார். விரைவில் சென்னை செல்லத் தயாராக இருக்கவும்.

அன்புடன் ஜிகே

ஜிகே என்பது யார்? என்னுடைய முன்னேற்றத்தில் அவருக்கேன் இவ்வளவு அக்கறை? சொந்தமா? இல்லை ... ரசிகன். கலாரசிகன். கூடலூரில் படித்துக் கொண்டிருந்தபோது மேசையில் தாளம் தட்டிப் பாடியவனிடம் நெருப்பு இருக்கிறதென்று கண்டுபிடித்தவர் ஜிகே. என்னிடமிருந்து என்னைக் கண்டுபிடித்துத் தந்த கொலம்பஸ் ஜிகே. விளையாட்டு வீரனைத் தட்டிக் கொடுத்து, ஏளனம் செய்து, உருவேற்றி, கொம்பு சீவி, மனோவசியம் செய்து, வெற்றியைத் தவிர வேறெந்த நினைப்பும் அவனுக்கு வந்து விடாமலிருக்க வெறியேற்றி,

'கமான் சூர்யா ... கமான்'

என்று விரட்டி ... இத்தனைக்கும் சம வயதும் இல்லை. பத்து வயது வித்தியாசம். தம்பி உதயகுமாரின் வகுப்பில் படிக்கிற சுனில் மாதிரி ஒரு பையன் சூர்யா, அவ்வளவே.

கூடலூர் 21.9.95
அன்புமிகு சூரி,

உன் கடிதம் கிடைத்தது. எனக்கு மிகவும் ஏமாற்றமாக இருந்தது. போகட்டும்! ஆனால் ஒன்று. இது போன்ற அவமானம் ஏற்படும்போதுதான் வாழ்க்கையில் புதிய வேகம், உத்வேகம் பிறக்கும். எவ்வளவு நல்ல குரலாக இருந்தாலும் 'கர்னாடக அடிப்படை' இல்லை என்பதைக் காரணம் காட்டி ஓரம் கட்டி விடுவார்கள். இன்றே இசை வகுப்பில் சேரவும். அது மட்டும் போதாது. தினமும் இரண்டு மணி நேரமாவது ஒதுக்கி சின்சியராக பிராக்டீஸ் செய். நுணுக்கமாக – பெர்பெக்ஷன் கிடைக்கும் வரை பயிற்சி செய். அடிக்கடி மனவளக் கலை மன்றம் செல்லவும். தினமும் தியானம் செய். சில மாதங்களுக்குப் பிறகு உன் வளர்ச்சி எப்படி இருக்கிறது என்று பார்.

வாழ்த்துக்களோடு
ஜி.கே

ஜிகேவின் கடிதங்களில் ஊக்கத்தைத் தவிர வேறு எதுவும் இல்லை. அவர் சூர்யாவுக்கு எழுதிய எல்லா வாக்கியங்களுக்குப் பின்னும் 'மகனே வா மக...னே வா' என்று தகப்பனின் கதறல் எம் எஸ் விஸ்வநாதன் குரலில் கேட்கிறது. சூர்யா தமிழன். ஜிகே மலையாளி, அதனாலென்ன? நன்றாகப் பாடுகிறானே அது போதாதா? இனி இருவருக்கும் இசைதான் மொழி. ஜிகே என்கிற ஜி. கிருஷ்ண குமார் ஒரு ஓவியர். கிருஷ்ண குமார் ஒரு பாடலாசிரியர். கிருஷ்ண குமார் ஒரு நடிகர், கிருஷ்ண குமார் ஒரு தமிழ் இலக்கியவாதி. மொத்தத்தில் கலையார்வம் மிகுந்த

ஒரு மனிதர். இது போதாதா? இவன் என் சாதி. கலைச்சாதி. எனக்கிருக்கும் கலைத்தாகம் அவனுக்கும் இருக்கும். அவன் படும் பாட்டை என்னால் புரிந்துகொள்ள முடியும். எனக்கு எவனும் செய்யாமல் போனதை நான் இவனுக்குச் செய்வேன். இவன் பின் நானிருப்பேன். முடிவெடுத்தபின் கிருஷ்ண குமார் தன் கடவுள் தன்மையை மாற்றிக் கொள்ளவில்லை. கிருஷ்ணாவதாரமெடுத்தார். சூர்யா அர்ஜுனன் ஆனான்.

'அர்ஜுனா சுருதிப் பெட்டி வாங்கு ...'

'சரி... கிருஷ்ணா... ஆனால் ...'

'பணம் பற்றிய கவலை விடு'

'சரி ...'

'சாதகம் செய் ...'

'சரி ...'

'தியானம் செய் ...'

'சரி ...'

'கனவு கொள்'

'சரி ...சரி ...'

'சங்கீதமே உன் மூச்சு ...'

'சரி ...சரி ...சரி ... நி ...சரி ...கம ...ப ...த நி ... சரி ...சரி... சா ...'

அரங்கம் நிறைந்த கர கோஷங்களுக்கு நடுவில் அப்துல் ஹமீது பாராட்டுகிறார். லலிதா ஜுவெல்லரியின் தங்கக் காசு பரிசாகக் கிடைத்தது குரல் வளத்திற்கு ...ஜிகேவின் ஊக்கம்... கிறித்துவ பக்திப் பாடல்கள் பலவற்றைப் பாடினான் ...ஜிகேவின் உழைப்பு... 'தீப ராகம்' தனிப்பாடல்கள் வெளியிட்டார்கள் ... ஜிகேவின் முயற்சி...யேசுதாஸின் குரல்வங்கியில் தேர்ந்தெடுக்கப் பட்டான் ...ஜிகே கொடுத்த உற்சாகம் ... சூர்யா ஜெயிக்க ஜெயிக்க கிருஷ்ண குமார் வேகம் கொண்டார். சூர்யாவின் ஒவ்வொரு வெற்றிக்கும் ஜிகே பரிசளித்தது அடுத்த தளத்திற்கான வாய்ப்பை!

கிருஷ்ணர் ஒரு நாள் விஸ்வரூபம் எடுத்தார்.

"அர்ஜுனா கிளம்பு ..."

"எங்கே போகப் போகிறோம் கிருஷ்ணா ..."

மர்மமாகப் புன்னகைத்தான் மாயன்.

“எல்லாம் உன் சித்தப்படி . . .”

கிருஷ்ணன் கைகளைத் தட்டினான். தேர் ஒன்று வந்தது.

காக்கிச் சட்டை அணிந்திருந்த தேரோட்டியிடம்

“நுங்கம்பாக்கம் போ…” என்றதும் அவன் பணிந்து கியரைப் போட்டான்

“அர்ஜுனா இறங்கு . . . காம்தார் நகரை அடைந்து விட்டோம் . . .”

விழாக்கோலம் பூண்டிருந்தது காம்தார் நகர். விநாயக சதுர்த்தி. தெருமுனையில் கருஞ்சதுர ஒலிபெருக்கிகளில் பாடல்களை ஒலிக்கவிட்டிருந்தனர் நகரத்து மாந்தர். புன்னகைத்தபடி சூது ஒன்றைத் திட்டமிட்டான் மதுசூதனன். எல்லாம் நன்மைக்கே. ஒலிபெருக்கி அமைப்பாளரிடம் சென்றான். ஏதோ சொன்னான். கேசட்டைப் பெற்றுக்கொண்டு மகுடிக்கு மயங்கியது நாகம்.

‘அர்ஜுனா . . . தாமதிக்காதே . . . ம் . . . வா . . .’

16ஆம் வீட்டினுள் நுழைந்து விஷயத்தைச் சொன்னதும் சிறிது நேரத்திற்கெல்லாம் சூர்யாவின் தெய்வம் இள நீலநிறச்சட்டையும் வெள்ளை பேண்ட்டுமாகக் காட்சி கொடுத்தது.

‘வாங்க ஸார் . . . உக்காருங்க தம்பி’

என்றார். சூர்யாவுக்கு மேலண்ணத்தில் நாக்கு ஒட்டிக் கொண்டது. இந்த மனிதர்தான் தன்னை இந்தக் கதிக்கு ஆளாக்கியவர். இவர்தான் அசல், நான் நகல். அவர் வாயைத் திறந்து பேசும்போது கூட ‘வா …வெண்ணிலா’… ‘வா பொன் மயிலே’… ‘நிலாவே வா’ . . . என்றெல்லாம் தான் கேட்கிறது. என்ன சொன்னார்? ஏதாவது பேசினாரா? பித்து நிலைக்குப் போகத் துவங்கினான் சூர்யா. மனதுக்குள்… ‘போதும் கிருஷ்ணேட்டா போயிரலாம். நீங்க தைரியமாப் பேசிருவீங்க, இந்தாளு முன்னாடி என்னால எப்படிப் பாட முடியும்?’

இயல்புக்கு வரும்போது ஜிகே எல்லாவற்றையும் பேசி முடித்திருந்தார்.

“ஸார் வெளியே பாட்டு கேட்குது இல்லீங்களா . . . அது சூர்யா பாடுனதுதான்”

கண்களை மூடிக் கேட்டவர்,

“நல்லாயிருக்கே . . . நல்ல்ல்லா பாடியிருக்கீங்க தம்பி”

அடப் போங்க சார். 'நீங்க பேசறதே பாடற மாதிரி இருக்கே' சிலிர்த்துக் கொண்டான் சூர்யா.

'சரி நான் கம்போசர் இல்லையே. நானும் பாடறவன் தானே. நான் என்ன செய்யனும்னு நெனக்கறிங்க'

என்ன குரல் இது ... மயங்கினான் சூர்யா.

'சார் நீங்க பாத்து ஏதாவது ஒரு எடத்துல சிபாரிசு பண்ணா போதும் ஸார்' போராடினார் ஜிகே.

'ம்ம்ம் ... சரி ... நான் ரஹ்மானுக்கு லெட்டர் தரேன் ... அவரு புதுசா வர்றவங்களுக்கு வாய்ப்புக் கொடுப்பார். நானும் ஃபோன் பண்ணிச் சொல்லிடறேன்' என்றவர் திரும்பி 'விட்டல்' என்றதும் உதவியாளர் விட்டல் வந்தார்.

தன் கைப்படக் கடிதம் கொடுத்து வாழ்த்தி, வழியும் சொல்லி அனுப்பினார் பாடும் நிலா.

ஆயிற்று ... ஏ.ஆர். ரஹ்மானையும் சந்தித்தாகி விட்டது. (ஒலிப்பதிவுக்கூடத்திலிருந்து 'போறாளே பொன்னுத்தாயி' என்று பாடல் ஒலிக்க அடடே ... வெளியே வருவது யார் ... சொர்ணலதா ... இந்தப் பிசாசோட ஒரு டூயட்டாவது பாடீட்டுச் செத்துரனும்டா சூர்யா) கையில் வைத்திருந்த சிறிய கேசட் பிளேயரில் சூர்யாவின் பாட்டைக் கேட்டுக் கொண்டிருந்த ரஹ்மானின் முகம் ஏனோ விவேகானந்தரை நினைவுபடுத்தியது. ஆரம்பத்தில் டிராக் பாட வேண்டியிருக்கும். மற்றவற்றைப் பிறகு பார்த்துக் கொள்ளலாம் என்றார் ரஹ்மான். போதுமே ... அது ... போதுமே ... ரஹ்மானின் உதவியாளர் சாமிதுரை சூர்யாவின் விலாசத்தையும் தொலைபேசி எண்களையும் குறித்துக் கொண்டார். மாமா வீட்டுத் தொலைபேசி எண்களைக் கொடுத்தான் சூர்யா. வாழ்த்துகளைக் காற்றில் அனுப்பிக் கொண்டிருக்கும் கிருஷ்ணேட்டனுக்குக் கடிதம் எழுத வேண்டும் ...

லக்ஷ்மன் சுருதி இசைக்குழுவில் சேர்ந்து நான்கைந்து மாதங்களாகிவிட்டன. ஓய்வு ஒழிச்சல் இல்லாமல் வரிசையாக நிகழ்ச்சிகள். ரெக்கார்டிங் பற்றிப் பேசிக் கொண்டிருக்கும் போது... சக பாடகர் முரளி, ரஹ்மானின் இசையில் ரஜினிகாந்த் நடிக்கவிருக்கும் முத்து என்ற படத்தின் 'ஒருவன் ஒருவன் முதலாளி' பாடலுக்கு டிராக் பாடிவிட்டு வந்ததாகச் சொல்லிக் கொண்டிருந்தார். உண்மையோ பொய்யோ தெரியாது ... யார் கண்டார்? இருக்கலாம் ... இல்லாமலும் இருக்கலாம். எனக்கு ஏன் அழைப்பு ஏதும் வரவில்லை? என்மேல் திருப்தி இல்லை என்றால் சொல்லியிருக்கலாமே? என்னைத்

திருத்திக்கொள்ள ஒரு வாய்ப்பாக இருந்திருக்குமே? உள்ளுக்குள் குமைந்தான் சூர்யா. சாமிதுரை சாருக்கு ஃபோன் செய்து பார்த்தாலென்ன? நெஞ்சுக்குள் பெருஞ்சுமையொன்று அழுந்தத் துவங்கியது.

அறை நண்பன் வெங்கட்டின் தொழில்முறை நண்பர்கள் வியாபார நிமித்தமாகச் சென்னைக்கு வந்திருந்தனர். தேனீர் விருந்து ஒன்றை அவர்களுக்காக ஏற்பாடு செய்திருந்தான் வெங்கட். கச்சேரி ஒன்றும் இல்லாததால் ஒத்தாசைக்கு உடனிருந்தான் சூர்யா. தொழில் குறித்த விவாதங்கள் முடிந்தும்

'என்னடா டீ இன்னும் வந்து சேரலை'.

என வெங்கட் சொல்ல,

'ராகவேந்திரா மெஸ்ஸுக்குப் போய்ப் பாக்கலாமா?'

சூர்யா கேட்டதும் பைக்கில் கிளம்பிவிட்டனர். வாங்கிக்கொண்டு வரும் வழியில் மெஸ்காரரர்கள் கொடுத்த பெரிய பாத்திரத்தோடு எதிர்பாராவிதமாகக் கீழே விழுந்த சூர்யாவின் தொடைப் பகுதி முழுவதிலும் கொதிக்கும் தேனீர் கவிழ்ந்துவிட்டது. குரல் உடையும்படி அலறித் துடித்தான் சூர்யா.

'இவனை இப்படிப் பாக்கறதுக்கா மெட்ராசுக்கு அனுப்பி வெச்சேன் பெருமாளே ...'

மருத்துவமனையில் சூர்யாவின் அம்மா புலம்பிக் கொண்டிருந்தார்.

'போதும்டா சாமி உன்னோட பாட்டும் கூத்தும் ... இப்பவெ எங்களோட கோயம்புத்தூருக்குக் கெளம்பு'

வேதனையில் வெடித்தார் அப்பா. ரயிலடியில் வழியனுப்ப வந்த மாமா பேசிக் கொண்டிருக்கையில்

'ரொம்ப நாளைக்கு முன்னாடி உன்னைக் கேட்டு ரஹ்மான் கிட்டேர்ந்து மூணு நாலு தரம் ஃபோன் வந்ததுப்பா . . . நான் வேலை மும்முரத்துல உங்கிட்ட சொல்ல முடியலை . . . மன்னிச்சுடு . . .' என்றார் சாதாரணமாக. வாளி நிறையக் கொதிக்கிற தேனீரைத் தலையில் கவிழ்த்தது போல் இருந்தது சூர்யாவுக்கு.

கோவை வந்து சில மாதங்களுக்குப்பின் தொழிலதிபர் ஒருவருக்குக் காரியதரிசியானான் சூர்யா. இரண்டொரு வருடங்களுக்குப் பின்பு கால்கட்டுப் போட பெற்றோர் நிர்ப்பந்திக்கவும் தட்ட முடியவில்லை அவனால். தவிரவும்

தனது இசைக் கனவுகளுக்குப் புஷ்பகலாவும் தடையாக இருக்கப் போவதில்லை. மாறாகத் துணையாகவே இருப்பாள். நேசிக்கத் துவங்கிய நாளிலிருந்தே எந்த வகையிலும் தொந்தரவு தந்ததில்லை கலா. அவள் பொறுமையின் சிகரம் என்பதை உணர்ந்தே ஒப்புக் கொண்டான் சூர்யா.

கி.பி இரண்டாயிரத்தில் மீண்டும் சென்னையை நோக்கிப் படையெடுத்தான் கஜினி முகம்மது. இம்முறை மனைவி கலா, எட்டு மாதக் குழந்தை காயத்ரியுடன் கையில் சுமார் இரண்டு லட்சம் பணமும் வைத்துக்கொண்டு யானை பலத்தோடு கால் பதித்தான். யானைக்குப் பக்கபலமாய் இருந்து உதவிகள் பல செய்தார் 'ஷார்ப்' செந்தில். கோவை நண்பன் ஸ்ரீராமும் சூர்யாவுடன் சேர்ந்துகொள்ள சின்னச்சின்ன பதிவுக்கூடங்கள் எல்லாம் சிவப்புக் கம்பளம் விரித்தன.

'ராக ஆலாபனை ஒன்னு இன்னிக்குப் பாடிருக்கேன் மாப்ள . . . ஆனா அது 'சீன்' படத்துல போடறதுக்காம் . . . அப்போதான் 'தெய்வீகம்' கெடைக்கும்'ங்கறான் டைரக்டரு'

மொழிமாற்றுப் படங்களுக்குப் பாடத் துவங்கினர். ராஜ்பாஸ்கர் பெரிதும் துணை செய்தார். நிறைய வாய்ப்புகள் கொடுத்தார். கலா, திருச்சி பாய்லர் தயாரிப்பு நிறுவனம் ஒன்றின் சென்னைக் கிளையைப் பார்த்துக்கொள்ளும் பெரிய பொறுப்பிலிருந்தாள். காப்பகத்திலிருந்து குழந்தை காயத்ரியை மாலையில் கூப்பிட்டு வந்துவிடலாம். எல்லாம் நன்றாகப் போய்க் கொண்டிருந்தது. கலாவுக்கு அந்தக் காய்ச்சல் வரும்வரை. விஷக் காய்ச்சலால் பாதிக்கப்பட்ட சிலர் இறந்து போனதாகச் சொன்னார்கள். அந்தச் சனி குழந்தையையும் பிடித்துக்கொள்ள, நிலைகுலைந்து போனான் சூர்யா. விடுமுறைக்கு வந்திருந்த அக்காள் மகன் விக்னேஷையும் அது தொற்றிக்கொள்ளவும் சூர்யாவைப் பயம் சூழ்ந்துகொண்டுவிட்டது. தனது கலையார்வம், தன்னை நம்பி வந்த ஜீவன்களையும் சேர்த்துத் துன்புறுத்துகிறதோ என்கிற குற்றவுணர்ச்சியில் துடித்தான் சூர்யா. இரண்டு லட்ச ரூபாயுடன் வந்தவனிடம் ஐம்பது ரூபாய் மட்டுமே எஞ்சியிருந்தது. அம்மா தொலைபேசியபோது அழவே துவங்கிவிட்டான்.

மீண்டும் கோவையைத் தஞ்சமடைந்த சூர்யாவுக்கு ஒன்றும் புலப்படவில்லை. இசைக்கனவுகள் கண்முன்னே சில்லுச்சில்லாய்த் தகர்வதை ஜீரணித்துக்கொள்ள முடியாத வேதனை ஒருபுறம், கலாவை, குழந்தை காயத்ரியை . . . வயதாகிவிட்ட தாய் தந்தையரை எப்படிக் காப்பாற்றப் போகிறோம் என்கிற கவலை

மறுபுறம். பித்துப் பிடித்தவனைப் போல் இருந்த சூர்யாவை அத்திம்பேர் ஜெகன் தேற்றினார்.

'வருமானம் இல்லைன்னு கவலைப்படறியா?, எதைப் பத்தியும் யோசிக்காம என்கூட பேரூர் ஆத்தங்கரைக்கு வா... வந்து புரோகிதம் பண்ணு ... பட்டீஸ்வரன் உனக்குப் படியளப்பான்' என்றார்.

'உன்னோடது மந்திரக் குரல்டா சூரி' என்பார் கிருஷ்ணேட்டன். அது உண்மைதான் போலும். வலி மிகுந்த ஒரு கணத்தில் துயரம் மேலிட மந்திரம் ஓதுவதைத் தொழிலாக மேற்கொள்ளத் துணிந்தான் அவன்.

இளமையின் துடிப்பு மிகுந்த குரலால் கேட்பவரைக் கட்டிப் போட்ட அந்த அப்பாவிக் கலைஞன், தனது இருபது வருடக் கனவை அவிழ்த்து எறிந்துவிட்டு வெற்றுடம்புடன் இடுப்பில் கட்டியிருந்த வேட்டியின்மேல், துண்டைக் கட்டிக்கொண்டு புரோகிதம் செய்யத் தயாரானான். வேதம் ஓதுவதில் எந்தவிதமான கவுரவக் குறைச்சலும் இல்லை. நான் செய்யப் போவது கடவுள் தொண்டு. தனக்குச் சேவை செய்யப் பணிக்கிறான் சிவன். சரணடைந்துவிடும் மனோபாவத்திற்கு வந்துவிட்டான் இவன்.

பத்துப் பனிரெண்டு வருடங்களையும் ஒருசில நிமிடங்களில் புரட்டிப் பார்த்துவிட்டு எடுத்து வைத்தார் சூரிய நாராயணய்யர். 'கலா' என்று குரல் கொடுத்தார். கணபதி ஹோமம், நவக் கிரக ஹோமம், மிருத்யஞ்சய ஹோமம், ஆயுஷ் ஹோமம், முன்னோர்களுக்கான சிரார்த்தம் என வருடக் கணக்கில் மந்திரம் ஓதி ஓதிக் கட்டைக் குரலாகிவிட்டது. தொண்டைத் தண்ணீர் வற்றக் கத்திக் கத்திக் காய்கறி விற்கும் சைக்கிள்காரருக்கும் ஒரு சில பேருந்து நடத்துனர்களுக்கும் ஆட்டோவில் லாட்டரி விளம்பரம் செய்பவருக்கும் தன் குரலின் தற்போதைய சாயல் இருப்பதைச் சூரிய நாராயணய்யர் கவனித்திருக்கிறார். ஒன்றை அடைய ஒன்றை இழந்துதானே ஆகவேண்டும். குரலை விற்றுத் தொழிலை வாங்கியிருக்கிறேன்.

வீடு திரும்பும் அய்யரை, டீக்கடைகளிலிருந்து அவ்வளவு கனிவோடு அழைக்கிறார் எஸ்.பி.பி ... பாசமுள்ள தகப்பன் மாதிரி ... சகோதரன் மாதிரி ... கிருஷ்ணேட்டன் மாதிரி ...

மழையே மழையே
இளமை முழுதும்
நனையும் வரையில் வா
சாரல் வரும் நேரம்

தேவமயக்கம்
கூந்தல் மலரில்
தேனைக் குடிக்க
காத்துக் கிடந்தேன்
கால்கள் கடுக்க
இதயம் துடிக்க . . .

காதல் பாட்டுதான். காதலியை அழைக்கும் வரிகள்தான். ஆனாலும் மெட்டில் தேங்கி மிதக்கும் வலியை, அது தரும் சுகத்தை, தன் குரல் இருந்த இருப்பை, இழந்துவிட்ட ரீங்காரத்தை மனதின் இடுக்குகளில் இருந்து எளிதில் துடைத்து எடுத்துவிட முடியுமா என்ன?

விரக வேளையில்
பருவமான ஒரு தாமரை
மன்மதன் தோட்டத்து மாளிகை
தாலாலே தல்லல் லாலாலே தலலாலே . . .

அய்யருக்கு வரிகள் நினைவில் இல்லை. ராகமுள் குத்தியதில் உடைந்து அழத் துவங்குகிறார். பாடிக்கொண்டே இரு சக்கர வாகனத்தை ஓட்டிச் செல்லும் நபர்களை நீங்கள் கடந்திருக்கக் கூடும். அழுதுகொண்டே வண்டி ஓட்டும் எவரையாவது கவனித்திருக்கிறீர்களா? பிறக்கும்போதே உடன்பிறந்த இசையை, ஆன்மாவோடு ஒட்டியிருக்கிற கவச குண்டலத்தைப் பிய்த்து எடுப்பது எத்தனை வேதனை? வலிக்க வலிக்க வாளால் அறுத்து அதை உடம்பிலிருந்து உரித்து எடுக்கப் பார்க்கிறான் கர்ண மகாராஜன்!

ஜெய் இன்டிகேட்டர்

லுங்கியில் திரியும் பருவத்தில் சினிமா பார்ப்பதற்காகச் சனிக்கிழமைகளில் நண்பர்களுடன் பழனியப்பா திரையரங்கத்துக்குச் சைக்கிளில் போகிறபோதெல்லாம் சுந்தராபுரத்திலிருந்து போத்தனூருக்கு நடந்தே வரும் ஒருவர் என் கவனத்தைக் கவருவார். ஆள் என்னைப் போலவே நல்ல கறுப்பு. சராசரிக்கும் குறைவான உயரம். ஒரு நாள், மடிப்புகளில் வெள்ளைப் பொத்தான்கள் வைத்த கிளிப்பச்சை நிறத்து 'பேகி' கால்சட்டைக்குள் ரத்தச்சிவப்பு நிறச் சட்டையைச் செருகி வெள்ளைப் பட்டையை இடுப்பில் கட்டியிருப்பார். (ஷூ லேஸின் இரண்டு நுனிகளும் பச்சை, சிவப்பு என இரண்டு நிறங்களில்) மற்றொரு நாள் ஊதா நிறக் கால்சட்டைக்குக் கறுப்பு ஜிகினாச் சட்டை எனக் கதற அடிக்கும் வகையில் உடுத்திக் கொண்டுவருவார். நான் வைத்த கண் வாங்காமல் அவரைப் பார்த்துக்கொண்டே இருந்ததன் காரணம் அதுவல்ல. அவரது கையில் இருந்த கிதார். உறையிடப்படாத அந்த மரநிறத்துக் கிதாரை நான் அதுவரையில் சினிமாவில் மட்டுமே பார்த்திருந்தேன். மற்றவர்கள் தன்னையும் தனது கிதாரையும் வேடிக்கை பார்ப்பதை அவர் விரும்புகிறார். அதனால்தான் உறையிடப்படாத வாத்தியத்தைப் பிடித்துக்கொண்டு நகர்வலம் வருகிறார் போலும் என நினைத்துக் கொண்டேன். மனசுக்குள் கொஞ்சம் பொறாமைதான் எனக்கு.

தெருக்குழாயில் நல்லதண்ணீர் வரும்போது பிடித்து வைக்கச் சொல்லிவிட்டுப் போயிருந்தாள் அக்கா. தண்ணீர் பிடித்து வைக்கிற சாக்கில் எதிர் வீட்டுப் பெண்ணை 'நோக்கலாம்'. எத்தனையாவது குடம் இது எனக் குழம்பாமல் பாட்டு பாடியபடியே தொட்டியை நிரப்பியும் விடலாம். குழாயடியில் பெண்கள் கூட்டத்துக்கு நடுவில் நிற்பது கொஞ்சம் அவஸ்தையாக இருந்தது. நண்பர்கள் யாராவது தென்பட்டால் பிடித்து வைத்துக்கொண்டு சினிமா நாயம் பேசியபடி வேலையைப் பார்க்கலாமே என நினைத்துக் கொண்டிருந்தபோது விசுக்விசுக் என்று பழக்கப்பட்ட உடல்மொழியுடன் யாரோ தூரத்திலிருந்து நடந்து வருவது தெரிந்தது. தெரிந்த நடை தெரியாத முகம். அடடே நம்ம கிளிப்பச்சை! அதானே பார்த்தேன். கையில் கிதார் இல்லாமல் வருகிறார். அதனால்தான் கண்டுபிடிக்கக் கொஞ்சம் சிரமமாக இருந்திருக்கிறது. இந்த ஆளைப் பழக்கப்படுத்திக்கொள்ள இதுதான் வாய்ப்பு எனப் பட்சி சொல்லவும், நானாக

'அலோ சார் நீங்க கிடாரிஸ்டா?'

என்று எல்லாப் பெண்களும் கவனிக்கும்படி சத்தமாகக் கேட்டேன். அவரோ பயங்கரமாக ஆச்சரியப் பட்டு

'எப்படித் தெரியும் உங்களுக்கு?'

என்க, நான் அவரது நகர்வலத்தைப் பற்றி எதையும் சொல்லாமல்

'நீங்க காடா? லீடா?' என வினவவும்

'ரெண்டும் வாசிப்பேன்' என்றார். காடுன்னா என்ன? லீடுன்னா என்ன? என்று என்னை விளக்கம் கேட்டுவிடுவாரோ என்ற பயம் மனதுக்குள் இருந்தது. நல்லவேளை கேட்கவில்லை. அன்று இணைந்ததுதான். அதன்பின் மைக்கேல் எப்போதும் போல் கிதாரைத் தூக்கிக்கொண்டு நடக்க நான் அவரோடு பேசிக்கொண்டே நடப்பது வழக்கமாகிவிட்டது. உருவம் கண்டு எள்ளாமையை எனக்குச் சொல்லாமல் சொல்லிக் கொடுத்தவர் மைக்கேல். யூகங்களை உடைத்தெறிகிற ஆளுமையாகவும் அவர் எனக்குத் தெரிவார். மேற்கத்திய வாத்தியத்தை வைத்திருந்த அவரை நிறையப் படித்தவராக இருப்பார் என எண்ணியிருந்தேன். துண்டுக் காகிதத்தில் தொலைபேசி எண்ணைக் குறித்துக் கொடுக்கும்போது 'மைக்கிள் ராஜ' என்றெழுதி ஜ – ன் மேல் புள்ளி வைத்து அதை ஜ்– ஆக்க அவர் முயன்றதைப் பார்க்கும் வரையில்.

மைக்கேலின் வீடு போத்தனூரில். உடுமலைப்பேட்டையில் பீரோ தயாரிப்பு நிறுவனம் ஒன்றில் வெல்டர் வேலை. ஞாயிறு

ஒருநாள் லீவு. அதையும் கிதார் வகுப்பிற்கு அர்ப்பணம் செய்திருந்தார். சனிக்கிழமை சாயந்தரம் போத்தனூருக்கு வந்து சேர்ந்துவிடுவார். தொண்ணூறுகளில் போத்தனூர் ரயில் நிலையமும் ரயில்வே குடியிருப்புகளின் சில வீதிகளும் மிதமான குளிரும் 'நாம் பாலுமகேந்திரா படத்துக்குள் உலவிக் கொண்டிருக்கிறோமோ?' என்று நினைக்க வைக்கும். இருவரும் பேசியபடி நடந்தே ஊர் முழுவதையும் சுற்றிவிட்டுப் பஞ் சாயத்து அலுவலகம் வந்து சேர்ந்ததும் வழக்கமாகச் சாப்பிடும் முட்டை போண்டாவும் சுக்குக்காபியும் இன்னும் ஆறாமல் மணக்கின்றன.

ஞாயிறு காலை 9 மணிக்கெல்லாம் பஸ்ஸைப் பிடித்தால்தான் பத்தரை மணிக்குள் மணி மேல்நிலைப் பள்ளிக்குப் போய்ச் சேர முடியும். அங்கேதான் இளங்கோ மாஸ்டர் இசை பயிற்றுவித்துக் கொண்டிருந்தார். தெளிவும் நேர்த்தியும் அழகும் மிகுந்த கையெழுத்து, அபாரமான கிதார் வாசிப்பு. கிதார் மட்டுமல்ல தபேலா, பேங்கோஸ், புல்லாங்குழல், கீ போர்டு எல்லாவற்றையும் முறையாக, இயல்பாக வாசிக்கத்தெரிந்த அவதாரங்களில் ஒருவர். இயக்குனர் விசுவின் குரல், கிண்டலும் நகைச்சுவையும் கலந்த சிலேடைப் பேச்சு, இதெல்லாம்தான் இளங்கோ மாஸ்டர். 'இருதயத்துல வால்வு போச்சுன்னா வாழ்வே போச்சு சார்' என்பார். ஒருமுறை கச்சேரியில் தபேலாவின் கரணைகள் ஒன்றிரண்டை மட்டும் வைத்துக்கொண்டு ஒவ்வொரு பாட்டுக்குமிடையில் சுருதி சேர்க்க லொட்லொட்டென்று தட்டித் தாமதித்துக் கொண்டிருந்த ராஜனைப் பார்த்து 'உங்கிட்ட கருணையே இல்லையா ராஜா' என்ற அவரது சிலேடையைச் சொல்லிச்சொல்லி ரசிப்பவர்கள் உண்டு. மணி மேல்நிலைப் பள்ளியின் வகுப்பறையில் சரளி, ஜண்டை வரிசைகளைச் சொல்லிக் கொடுத்துவிட்டுப் பாடும்போது ஹாலோகிதாரில் கார்ட்ஸ் வாசிப்பார். ஆறு கம்பிகளை வைத்துக்கொண்டு கூட்டுச்சுரங்களில் அவர் வரையும் ஓவியங்கள் அப்பப்பா. இளங்கோ மாஸ்டரிடம் அறிமுகம் செய்து வைத்ததற்காகவே மைக்கேலின்மேல் எனக்கு மரியாதை அதிகமானது. வகுப்பு முடிந்தவுடன் மாஸ்டரோடு உக்கடம்வரை போவோம். அவரைப் பொள்ளாச்சி பஸ்ஸில் ஏற்றி விட்டுவிட்டு மதியம் ஓட்டலில் சாப்பிட்டுவிட்டுப் படம் பார்க்கப் போய்விடுவோம். பெரும்பாலும் ஆங்கிலப் படங்களாக இருக்கும் 'சென்ட்ரல்' திரையரங்கம்தான் மைக்கேலின் ஆதர்சம். இடைவேளையில் காபி குடிக்கும்போது

"உங்க ஊர்ல தியேட்டர் கட்டினதுக்காகவே நீங்கல்லாம் இவன் கால்ல வுழுந்து கும்புடோனும் தம்பீ. சவுண்டு

எஃபெக்டெல்லாம் பாத்தியில்ல' என்பார். தமிழ்ப் படங்கள்மீது மைக்கேலுக்கு அவ்வளவு அபிப்ராயமில்லை.

'உங்காளுக இப்பிடி எடுக்கறதுக்கு இன்னும் இருவது முப்பது வர்சமாகும். என்ன ஆகாதுங்கிறியா' என்று நம்மை வம்புக்கிழுப்பார். ப்ரூஸ் லீ, ஜாக்கீ சான், மைக்கேல் ஜாக்சன் இவர்களைப் பற்றிப் பேச்சு வந்தால் மைக்கேல் 'அவன்லாம் வேலைக்காரன்டா செம சூட்டீப்பு' என்பார். கையோடு நம்மாட்களையும் சீண்டத் துவங்குவார்.

'உங்களுக்குப் போலீஸ் கட்டிங்கே தெரியாது. ரஜினி போலீஸானா முடியே வெட்ட வேண்டீதில்லைங்கம்பீங்க. தொப்பையில்லாம மெயின்டன் பண்ணாலே ஆ எம்ஜாருக்கு என்னா ஒடம்பும்பீங்க. அடப் போங்கடா நம்மாளு கொஞ்சம் ட்ரை பண்ணாலே நீங்க தையா தக்கானு குதிக்க ஆரம்பிச்சுருவீங்க. ஒரு ஆளுக்கு ஹை–ரேஞ்சு வாய்ஸ¬, அந்தாளு ஹை நோட்ல பாடறான். நீங்க ஆச்சரியப்படுவீங்க பாரு அய்யோ அவரு மாரி பாடமுடியுங்களா. வெங்கலமுங்க பித்தளைங்கன்னு ஈயம் பூசறவனாட்டம் பேசுவீங்க. அந்தாள பேஸ்ல பாடச்சொல்லு. அவனால பேசக்கூட முடியாது. அவன் பிச்சுடா அது. அவனாலயெல்லாம் வீட்ல ரகஸியமே பேச முடியாது தம்பீ. நானென்ன சொல்றேன்னா, நீங்கல்லாம் ஆச்சரியப்படாம இருந்தாலே, ஜாக்கி வெக்காம இருந்தாலே... அவன் இன்னும் கொஞ்சம் ட்ரை பண்ணுவான். நீங்கதான் பேனர் கட்டிருவீங்களே?'

'ஏங்க ..? சிவாஜி இல்லையா?'

'அவர்ட்ட எல்லாம் இருக்கு. இல்லேன்னா சொல்றேன்? கயித்தை இழுத்துப்புடிக்கதான நீயி? அவுரே பிரமாதமா பண்ணிருவாருங்கன்னா அப்புறம் உனக்கெதுக்குடா தம்பி ஒரு கொடை ஒரு சேரு?'

'அப்படியெல்லாம் இல்லீங் மைக்கா சும்மா கொறை சொல்லக் கூடாது' முடிந்தவரை சமாளித்துப் பார்ப்பேன்.

'இங்கபாரு தம்பீ நான் ஆயிரம் சீன் சொல்லுவேன். கந்தன் கருணைல ஹெஹ்ஹெஹ்ஹ'

'அட சொல்லுங்க'

'இரு ... கொஞ்சம் ... சிரிச்சுக்குறேன்' என்றவர் கொஞ்ச நேரம் சிரித்தார். எனக்கு எரிச்சலானது.

'ஏம்பா உங்க ஓனர்ட்ட நீ பேசறபோது எப்டி பேசுவ. உன்ர பாடி லாங்வேஜ் எப்படியிருக்கும்?'

‘அட ஏங்க... நீங்க சொல்ல வந்ததச் சொல்லுங்க’

‘வீரபாகு முருகனோட தளபதி இல்லையா’

‘ஆமா’

‘ஒரு தளபதி அவரோட தலைவங்கிட்ட எப்புடி பேசறாருன்னு படத்துல பாரு. இவுரு... ம்ம்ம்முருகாஆஆ... னு அடித்தொண்டைலருந்து கத்துனவுடனெ அந்தப் பையன் முருகன், பாவம்யா! கொழந்தைப் பையன், பயந்து நடுங்கிட்டே... வீ . . . ர . . . பா . . . கு . . .ம்பான். அந்தப் பையனுக்கு அப்பொ கொரல் நடுங்க ஆரம்பிச்சதுதான் இன்னும் நடுங்கிட்டேதான் இருக்கு’ இப்படிப் பேசினால் வெடித்துச் சிரிக்காமல் இருக்க முடியுமா?

அப்படித்தான் ஒருநாள் ‘சென்ட்ரலி’ல் சில்வெஸ்டர் ஸ்டோலன் நடித்த ‘க்ளிஃப்ஹேங்கர்’ படம் பார்த்துவிட்டுத் தேனீர் பருகிக்கொண்டிருக்கும்போது ‘நாளைக்கும் இங்கதான். ஊருக்குப் போகல, நோ ஒர்க்கு . . . என்ன பண்ணலாம்? மண்ட காயுது’ என்றார். மைக்கேலுக்கு ஏதாவது வேலை இருந்துகொண்டே இருக்க வேண்டும். அல்லது பிரமாதமாக பொழுதுபோக வேண்டும். ஆங்கிலப் படங்களை ரசிப்பது போலவே சர்க்கஸை ரொம்பவும் ரசிப்பார். வருடா வருடம் கோவில் திருவிழாவிற்குப் போவது மாதிரி சர்க்கஸ் பார்ப்பதையும் வழக்கமாக வைத்திருந்தார். தொடர்பயிற்சியில் கைகூடும் மனித சாகசங்களை மதிக்கிற பண்பு இசை பயில்வதால் வந்திருக்கும் என்று நினைத்துக்கொள்வேன். இப்போது சர்க்கஸூம் இல்லையே என்று நினைத்துக் கொண்டிருக்கும்போதே

‘சாமுண்டில என்ன படம் போட்ருக்கான்?’ என்று கேட்ட மைக்கேலிடம்

‘என்ன படம் போட்டுருந்தாலும் நீங்க கொறை சொல்லத்தான் போறீங்க. போகாட்டிதான் என்ன இப்ப?’ என்றேன்.

‘சும்மா போலாந் தம்பி, நீங்கல்லாம் எவ்ளோ இம்ப்ரூவ் ஆயிருக்கீங்கன்னு பாக்குணும்ல’ எனச் சரிகட்டி அழைத்துப் போனார்.

‘செலவை எல்லாம் இந்தாளே பாத்துக்குவான்னாலும் என்னமோ எங்கூட படிச்ச பசங்களையெல்லாம் சேர்த்துக்கிட்டு நானே எடுத்த மாதிரி என்னய்யா படம் எடுத்துருக்கீங்கன்னு

என்னைத் தொல்லை பண்ணுவானே' என்று மனதுக்குள் புலம்பிக் கொண்டேன்.

சாமுண்டி தியேட்டரில் 'சேதுபதி ஐபிஎஸ்' போஸ்டரைப் பார்த்ததும் 'ஓ'வென்றேன் அனிச்சையாக. சமூகவிரோதிகள் மணிக்கூண்டில் வைத்த வெடிகுண்டை எடுப்பதற்கு விஜயகுமார் உள்ளிட்ட உயரதிகாரிகள் எல்லாம் கூட்டம் போட்டு விஜயகாந்தை வரவழைக்க அவர் கையில்லாத பனியனோடு வந்து வெடிகுண்டைச் செயல் இழக்கச் செய்துவிட்டுக் கீழே நிற்கும் விஜயகுமாரிடம் கட்டை விரலை உயர்த்திக் காட்ட அவரும் அதே மாதிரி செய்கிறார். ஓரக் கண்ணால் மைக்கேலைப் பார்த்தேன். உருளைக் கிழங்கு சிப்ஸை அள்ளிக் கொட்டிக்கொண்டே சுவாரஸியமாகப் பார்ப்பது போலத் தெரியவும் நான் நிம்மதியாகப் பார்க்கத் துவங்கினேன். இடைவேளை என்று ஒன்று இருக்கிறதே, மாட்டிக் கொண்டேன். சேவல் கொக்கரிப்பதுபோல் மைக்கேல் சிரிப்பதை அருகில் இருந்து பார்த்தால் நமக்கும் தானாகச் சிரிப்பு வந்துவிடும். குளிர்பானத்தை உறிஞ்சிக்கொண்டே 'அட என்னன்னு சொல்லிட்டுச் சிரிங்க மைக்கா' என்றேன். அவரோ ஒரு வார்த்தைக்கு ஒரு சிரிப்பு என்கிற சத்யராஜ் விகிதத்தில் சிரித்தபடியே 'ஏம்பா... மத்தியானம்... ஒரு படம் பாத்தமே... எப்புடி இருந்துச்சு? . . . நீங்களும் எடுக்கறிங்க பாரு . . . முள்ளப் புடிச்சு நிறுத்தீட்டு மணிக்கூண்டுக்குள்ளருந்து டீ சாப்புடலாமாங்கிறான் இந்தாளு. பேக்கரிக்கு வந்துருங்க தேங்காபன்னும் வாங்கித் தரேங்கரான் அவங்க ஆபீசரு. மணிக்கூண்டு ஏறுனதுக்கே டீ சொல்லச்சொன்னா க்ளிப்பேங்கர் மாரி மலைஏறச்சொன்னா இந்தாளு பிரியாணி கேப்பானா? ஏன்டா உங்க நாடு உருப்படுமா?' சொல்லச்சொல்ல எனக்குப் புரையேறிவிட்டது.

மம்மூட்டி நடித்திருந்த மலையாள டப்பிங் படத்திற்கு (படத்தின் பெயர் 'ஜெய் இந்தியா') மைக்கேலும் நானும் போயிருந்தோம். 'ஒரு சிபிஐ டைரிக் குறிப்பு' படத்தின் வெற்றிக்குப் பிறகு மலையாள டப்பிங் படங்களுக்கு வைக்கும் தலைப்புகளைத் தாங்க முடியவில்லை. மோகன்லால் நடித்த 'கடமை' என்பதாகப் பொருள்கொள்ள வேண்டிய 'தௌத்யம்' என்னும் மலையாளப் படத்திற்குத் தமிழில் 'ராணுவத்தில் சிபிஐ' என்று தலைப்பு வைத்திருந்தார்கள். டப்பிங் டைட்டில் புகழ் 'மாமனாரின் இன்பவெறி' மட்டும் அந்தச் சமயத்தில் வெளிவந்திருக்குமேயானால். 'ஒரு சிபிஐ மாமனாரின் போலீஸ் இன்ப ராணுவ வெறி' என்றாகியிருக்கக் கூடும். சமீபத்தில்கூடப் பருத்தி வீரன் ஹிட்டடித்த பாவத்திற்கு ஒரு ஆங்கிலப்படம் பழிவாங்கப்பட்டது. '300' பருத்தி வீரர்களாம்!

படத்தின் ஒரு காட்சியில் அண்டை நாட்டின் எல்லைச்சுவர் (எ) கம்பி வேலியை மிலிட்டரி சகாவு கடக்க முற்படுகையில் மம்மூட்டி அவரைத் தடுத்தாட்கொண்டு வேலியில் மின்சாரம் பாய்ந்து கொண்டிருப்பதை இன்டிகேட்டர் மூலம் காண்பிப்பார். பின்பு இருவரும் அதை ஜாக்கிரதையாக வெட்டிவிட்டுக் கடப்பார்கள். இங்கே தலையிலடித்துக் கொண்டார் மைக்கேல், 'அடப் பாவிகளா. டேய் வேலில என்ன ட்யூப்லைட்டுக்காடா லைன உட்டுருக்கான், சாகறதுக்கு வெச்சிருக்காண்டா ... அந்த லைன்ல இன்டிகேட்டர வெச்சா வெடிச்சிரும். இதுகூடத் தெரியாம மில்ட்ரி படம் எடுக்கரானுக. இங்கிலீஸ் படத்துல தவக்களையப் புடிச்சு வேலி மேல எறிஞ்சுருவான். அது டுப்புனு ஷாட்டாயி எரிஞ்சுரும் ... அது ஐடியா. நீங்களும் எடுக்கறீங்க பாரு ... இந்த படத்தோட பேரென்ன?' என்று கேட்க, நான் 'ஜெய் இந்தியா' என்றேன். 'ஜெய் இன்டிகேட்டர்'னு வெச்சிருந்தா சரியா இருந்திருக்கும்' என்றார். சிரிக்கத் துவங்கினோம்.

துயில் நீங்கும் படலம்

அங்கீகாரம் கிடைக்கும் வரையில் கலைஞர்களின் வாழ்வு கேலிக்கூத்தாகத்தான் இருக்கிறது. ரசனையுள்ளங்களின் உபசாரத்துக்கும் அனுசரணைக்கும் கைகளைக் குவிக்கும் எளிய கலைஞன், கிடைத்த இடத்தில் உடலைக் கிடத்தி, உசுப்பும் நொடியில் எழுந்து கொள்கிறான். தூங்கி வழியும் கூட்டத்தையள்ளி உற்சாகத்துள் அமிழ்த்துகிறான். தூங்கி வழியும் மொத்தச் சமூகத்தையும் தட்டியெழுப்பும் பொறுப்பு கலைக்கு இருக்கிறது. கலைதான் அதைச் செய்ய முடியும். அது செய்யும்.

எல்லாம் பாக்கியராஜுக

பலகுரல் நிகழ்ச்சிக்கு நீலமலை மகேந்திரன் வருகிறார் என்றால் எங்களுக்குக் குஷியாகிவிடும். மற்றவர்களைப் போல் அரைத்த மாவையே அரைக்காமல் அடுத்தவன் கற்பனையைத் திருடாமல் சொந்தச் சரக்கை வெளிப்படுத்தும் மகாவிகடன் மகேந்திரன். வாழ்வே மாயம் கமல்ஹாசன், பிரபு, கேப்டன் பிரபாகரன் மன்சூரலிகான், கிழக்கு வாசல் கார்த்திக், சச்சின் டெண்டுல்கர் ஆகியோர் குரல்களில் முதன் முதலாகக் கோவையில் பேசிக்காட்டியவர் மகேந்திரன். கோவையிலிருந்து ஈரோட்டுக்கோ சேலத்திற்கோ போய்ச்சேருவதற்குள் ஐந்தாறு துணுக்குகள் உருவாகிவிடும். புதிது புதிதான தோணல்களைக் கோத்து அதில் நடிகர்கள் பாணி வசனங்களைத் தொகுத்து 'இன்றைய ஸ்பெஷல்' என்றொரு நகைச்சுவை விருந்தை மளமளவெனப் பரிமாறிவிடுவார்.

அன்றைக்குக்கூட அப்படித்தான் மூத்திரங்கழிக்க வண்டியை ஓரங்கட்டி நிறுத்தச் சொல்லி இறங்கியபோது அங்கே மேய்ந்து கொண்டிருந்த ஆடுகளைப் பார்த்த மகேந்திரன் "எல்லாம் பாக்கியராஜு'க' என்றார். புரியாமல் விழித்தவர்களுக்காக ஓரிரு முறை ஆடுகள் மாதிரி "மெஹஹஹே மெஹஹஹே" என்று கத்திவிட்டுப் படக்கென அதே சுருதியில் "அந்தப்புள்ளய மொதொ மொதொ பாக்கும்போது கருகருன்னு இருந்துச்சு' என்று தொடங்கி "எங்கூரு பாப்பநாயக்கன்பாளையம். அந்தப்பக்கம் வா நொக்கு நொக்குன்னு நொக்கீர்றேன்" என்று பாக்யராஜ் குரலில் முடித்தார். எல்லாரும் சிரித்து ஆதரவு கொடுத்ததும் 'நல்லாயிருக்கில்ல' என்று தனக்குத்தானே சொல்லிக் கொண்டவர் சிங்கத்தின் கர்ஜனையிலிருந்து பாரதிராஜா, எருதிலிருந்து வினுசக்ரவத்தி, கழுதையிலிருந்து சுருளி என மாயாஜாலம் செய்தார். அன்றைய நிகழ்ச்சியின் நாயகன் அவர்தான்.

ஜப்பானியனைப் போன்ற இடுங்கிய கண்களும் சப்பை மூக்கையும் கொண்ட, எப்போதும் சிரித்துக்கொண்டிருக்கிற அல்லது சிரிப்பை வரவழைக்கிற முகத்தோடும் நகைச்சுவைத் தெறிப்பைச் சிதறவிடும் மனவெளியோடும் உலவமுடிகிற மகேந்திரனுக்கு, "கடவுள் மனுஷங்களைக் களிமண் பொம்மையா செஞ்சு வெச்சுட்டிருக்கும்போது அந்த வரிசையில என்னையும் நிறுத்தி வெச்சிருந்திருப்பாரு. அடுப்பு பத்தவெக்கத் தீப்பெட்டி எடுக்கத் திரும்புனபோது நான் அவசரப்பட்டுக் குப்புற உளுந்துட்டன்போல. அதான் மூக்கு சப்பையாயிருச்சு" என்று தன்னைத்தானே பகடி செய்து கொள்கிற தைரியமும் வெள்ளித்திரையில் முகத்தைக் காட்டிவிட்டுத்தான் கல்யாணம் செய்துகொள்வது என்ற வைராக்கியமும் இருந்தது. 'ஜெமினி'யில் விக்ரமுக்கு வக்கீலான பின்தான் ஓய்ந்தார்.

பழைய கதை ஒன்றில் மைசூருக்குப் போயிருந்த மகேந்திரன் ஊட்டியில் நிகழ்ச்சி நடக்கவிருந்த இடத்திற்கு முன்னதாகவே வந்து மேடைக்குப் பின்புறமிருந்த அறையில் உறங்கிக்கொண்டிருந்தார். கோவைத்தென்றல் வழங்கும் 'சொர்க்கம்' இசைக்குழு (உண்மையில் அது நரகம் என்பார் மகேந்திரன்) எனும் பேனருக்காக அழைக்கப்பட்டிருந்த கலைஞர்களில் பலர் 'ஆத்து' விட்டிருந்தார்கள். ஆத்து என்றால் டிமிக்கி. டிமிக்கி என்றால் எஸ்கேப். எஸ்கேப் என்றால் எஸ்கேப்புதான்.

கமிட்டிக்காரர்கள் வந்து கச்சேரியைத் துவங்கச் சொன்னால் ஜக்குருதீன் பாய் (பேனரில் கோவைத்தென்றல் மதன்ராஜ்) விழிக்கிறார். பக்திப் பாடலைப் பாடிக் கொஞ்ச நேரத்தைக் கடத்தலாமென்றால் கோவைப் புகழ் எஸ்.பி.பிக்குச் சுருதி

காட்ட ஒரு நாதியில்லை. பேஸ் கரணையில் தீக்குச்சியைச் சொருகி, 'ஜிகிண்டகும் கு ஜின் ஜிகிண்டகும்' என்று வாசிக்க தபேலிஸ்ட்டாவது வேண்டாமா? பாய்க்கு ஒரு யோசனை தோன்றியது. பாய் ஒன்றும் நீங்கள் நினைப்பதுபோல் சாதாரணமானவரல்ல. ஸ்பெஷல் ரணமானவர். உருவத்திலும் குணத்திலும் தில்லானா மோகனாம்பாள் நாகேஷ்தான். ஒருமுறை பக்திப்பாடலுக்குப் பேர் போன, எல்லாருக்கும் தெரிந்த அம்மாவைக் கச்சேரி முடிந்ததும்

'கார் எதுவும் கிடைக்கல. அட்ஜஸ்ட் பண்ணி லோடு வேன்ல டிரைவருக்குப் பக்கத்துல உக்காந்து வாங்கம்மா, பஸ் ஸ்டாண்டுல விட்டுர்ரேன்' என்று வெகு இயல்பாக இவர் சொல்ல அந்தம்மா கிலியாகி,

'நான் யார் தெரியுமா' என்று ஆரம்பிக்க

'சரிம்மா. அப்ப நாங்க புறப்படறோம் வேற வண்டி கிடைச்சா அனுப்பி விடறேன்' என்று சாதுவாக சொல்லிவிட்டுக் கிளம்புவதுபோல் கிளம்ப வேளைகெட்ட வேளையில் வேறென்ன செய்ய முடியும். தலையிலடித்துக்கொண்டு லோடுவேனில் அம்மன் பாடலரசி ஏறி உட்கார்ந்துகொள்ள அசட்டுச்சிரிப்பு மாறாமல் வண்டியை எடுக்கச் சொன்னவர்தான் கோவைத்தென்றல் மதன்ராஜ்.

மண்டபக் கச்சேரியை முடித்துவிட்டு வரும் வழியில் வேறு ஏதாவது மண்டபத்தில் சீரியல் பல்பு எரிந்து கொண்டிருப்பதைப் பார்த்தால் பாய் வண்டியை நிறுத்தச் சொல்லுவார். அவரது அடிமைகளுக்கு மட்டும் விஷயம் தெரியும். கமுக்கமாகச் சிரித்துக் கொள்வார்கள். வேகவேகமாக வாத்தியங்களையும் ஆடியோவையும் இறக்கி வைத்துக் கச்சேரியைத் துவங்கியே விடுவார். வண்டியில் தூங்கிக் கொண்டிருக்கும் சிறப்பு விருந்தினராக வந்திருந்த பாடகரை ஒரு அடிமை வந்து எழுப்பி 'அண்ணா வர்ற வழியில திடீர்னு ஒரு ஏற்பாடு! ரெண்டாவது மீட்டர் ஓடீட்டு இருக்கு' என்றதும் அவர் எழுந்து போய் ஆர்வமும் ஆச்சரியமுமாகப் பார்க்க அடிமைகளில் ஒன்று திருட்டு நகையை உருக்குவது மாதிரி சங்கராபரணத்தை நெளிப்பது காணச் சகியாமலும் பாடும் அடிமையின் வாய்பார்க்கும் தாவணிகளைக் காத்து ரட்சிக்கவும் களமிறங்குவார் சிறப்பு. பாய் திட்டமிட்டது செவ்வனே நடக்கும். இரண்டு மணி நேரம் கழிந்ததும் பெண் வீட்டாரிடம் பாய் பணம் கேட்பார். அவர்கள் அதிர்ந்து 'நாங்க புக் பண்ணலியே' என்றதும் இவர் ஆச்சரியப்படுவார் பாருங்கள். நடிகவேள், பாலையாவெல்லாம் லைன் கட்டி வரவேண்டும். இந்த மண்டபம்தான் என்று

நம்பி இறக்கிவிட்டாராம். இப்போது, அந்தப் பார்ட்டியின் முகத்திலும் முழிக்க முடியாதாம். ஆர்டிஸ்டுகள் பசியோடு வாசித்திருக்கிறார்கள். அவர்கள் கேட்டால் நானென்ன பதில் சொல்வேன் என்று துண்டை வாயில் பொத்தி விசும்புவார். ஒரு பெரியம்மாவோ பெரியய்யாவோ பிரச்சினையைத் தீர்த்து வைக்க வண்டி நகரும். ரெண்டாவது மீட்டர் என்பதால் எவ்வளவு கிடைத்தாலும் அது போனஸ்தானே. அடிமைகளோ 'இன்னிக்கு எனக்கு ரெண்டரைப் பாட்டு' என்று சந்தோஷித்துக் கொள்வார்கள்.

அப்படியாப்பட்ட பாய் தூங்கிக் கொண்டிருக்கிற மகேந்திரனே ஆபத்பாந்தவன் என்று முடிவு செய்தார். பலகுரல் நிகழ்ச்சி முதலில் நடக்கட்டும். லேட்டா வந்து சேருகிறவனெல்லாம் வந்த பிறகு கச்சேரியைத் தொடங்குவோம் என்பது பிளான். மகேந்திரனை உசுப்பிவிட்டார்

'மகெந்திரா உடனே போய் மூஞ்சைக் கழுவிட்டு வந்து ஆரம்பி அர்ஜெண்டு'

எழுப்பித் தண்ணி ஜக்கைக் கையில் கொடுத்தார். மகேந்திரன் எழுந்து போனதும் மற்றவர்களை ஏவினார். பத்தே நிமிடம். மைக்கைப் பிடித்தார் மகேந்திரன். பல குரலுக்குப் பலத்த கைத்தட்டல். மகேந்திரன் குரலில் எப்போதும் இல்லாத ஒரு 'இஸ்' நாய்ஸ் கேட்கிறதே என்று மைக் செட் கோபியண்ணா நாபுகளைத் திருகுகிறார். மகேந்திரன்

'பாய் . . . மூஞ்செல்லாம் எரியுது பாய்'

என்று மைக்கை மறைத்துக்கொண்டு சொல்ல, கிட்டே போய்ப் பார்த்தால் மகேந்திரன் கன்னத்தில் தக்காளித்தோலும் மல்லித்தழையும் ஒட்டிக் கொண்டிருக்கிறது. பாய்க்குப் புரிந்துவிட்டது. முகத்தைக் கழுவிக்கொள்ளக் கொடுத்தனுப்பிய ஜக்கில் இருந்தது ஆர்கெஸ்ட்ராக்காரர்கள் சாப்பிடுவதற்கு பார்ட்டிக்காரர்கள் ஊற்றி வைத்திருந்த ரசம்.

அசெம்பிள் செட்

'நாளைக்கிக் காலைல தாலி கட்டப் போறேன். இன்னிக்கி ராத்திரி நம்ம ஃப்ரெண்ட்ஸ் எல்லாருமா சேர்ந்து மியூசிக்கோட பேச்சிலர் பார்ட்டியக் கொண்டாடப் போறோம். ஓகே?' என்று சொல்லியிருந்த, அவசரத்துக்கு ஆள் சேர்த்து நிகழ்ச்சி செய்யும் 'அசெம்பிள் செட் ஆர்கெஸ்ட்ரா' வின் முதலாளிக்கு நெருங்கிய நண்பரான மாப்பிள்ளை கல்யாண மண்டபத்தில் இல்லை. அசெம்பிள் செட் ஓனர் எங்களை மண்டபத்துக்குக் கொண்டு

சேர்த்தபோதே மணி இரவு பதினொன்று! அதிகாலையில் முகூர்த்தத்துக்கு வாசிப்பதற்காக வந்து உறங்கிக் கொண்டிருந்த நாதஸ்வரக் கோஷ்டியைப் பார்த்துப் பொறாமைப்பட்டார் மனோகரண்ணன்.

'ஓ மை காட் லார்ட் சங்கரா ... குடுத்து வெச்சவனுகப்பா'

நிகழ்ச்சி உறுதியாக நடக்குமென்பதற்கான அறிகுறி ஏதுமில்லை. அறைகளில் குழந்தைகளும் பெண்களும் சுருண்டு படுத்துத் தூங்கிக் கொண்டிருக்கிறார்கள். ஹாலின் ஒரு ஓரத்தில் சீட்டாடிக் கொண்டிருந்தது ஒரு குழு. சைடில் சரக்கு. மனதைத் தளரவிட்ட மனோகரண்ணன் மைக் ஸ்டாண்டுகளைப் பிடித்திருந்த கைகளையும் தளரவிட்டார். டமாரென்று அவற்றைக் கீழே போட்டுவிட்டு, வெளியில் வந்து சட்டைப் பையைத் துழாவி ஒரு பீடியை எடுத்துப் பற்ற வைத்துக் கொண்டார்.

'ஏண்ணா ... னோவ் மனோகரண்ணா'

ஜெகதீஷ் கூப்பிட்டதைக் கவனிக்காத மாதிரியிருந்தவரை

"கண்ணே மனோகரா பிஞ்சுக் குழந்தைகளும்...அன்னையரும் உறங்கும் இடத்தில் நெஞ்சில் ஈரமின்றி மைக் ஸ்டாண்டைக் கீழே போடுகிறாயே, ஷண்டாளா" என்று கண்ணாம்பாள் குரலில் திட்டவும் 'அட போப்பா' என்றார் அவர்.

மாப்பிள்ளையின் நண்பர்கள், வாத்தியங்களையும் சவுண்டு சிஸ்டத்தையும் இரண்டாம் தளத்தில் இருந்த மொட்டை மாடிக்கு கொண்டு சேர்த்தார்கள். வாத்தியங்களும் பாடகர்களும் ஆயத்தமானதும் 'ஆடியோ டெஸ்டிங் ஒன் டூ த்ரீ' என்றார் மனோகரண்ணன். காத்திருந்ததுபோல் விசிலடித்தன ஸ்பீக்கர்கள். 'பாஸ் தொடங்கிருங்க' என்ற ஒருவரிடம் 'காபி, டீ ஏதாவது ஏற்பாடு பண்ணுங்க' என்றான் ஜெகதீஷ். 'அட ஹாட் ட்ரிங்க்ஸ்னு கேளுப்பா, டீ காபின்னுட்டு அசிங்கமா' என்றார் மனோகரண்ணன். அவர் பிரச்சினை அவருக்கு.

'இன்ப விநாயகனே ...' அட்டகாசமாகத் தொடங்கினார், டி.எம்.எஸ். எதிரொலி. விநாயகனின் எழில் மலர்ப் பாதம் பணிய விடாமல் அவரைத் தடுத்த மாப்பிள்ளையின் சித்தப்பா, ஆர்கெஸ்ட்ரா ஓனரிடம் 'தம்பி! நான் சொல்லச் சொல்லக் கேக்காம உங்களக் கூட்டிட்டு வந்துருக்காங்க பாட்டுக் கச்சேரில எல்லாம் எனக்கு இன்ட்ரெஸ்ட் இல்லை ஒன்லி சீட்டுக் கச்சேரிதான். எல்லாம் தூங்கப் போயிட்டாங்க. அவங்களத் தொந்தரவு பண்ண வேண்டாம். இதையெல்லாம் எடுத்துட்டுக் கெளம்புங்க' என்று படபடவெனப் பொரியத்

துவங்கினார். தேவையே இல்லாமல் அதீதமான கோபத்தைக் காட்டினார். நிறைய பணத்தை விட்டிருப்பார் போல. தன்னுடைய ஹாட் கனவுகள் தகர்ந்து கொண்டிருப்பதை உணர்ந்துகொண்ட மனோகரண்ணன் கடுப்பு பாதி கவலை பாதி கலந்து செய்த கலவையாக வயரைச் சுற்றத் துவங்கினார். கச்சேரி 'கேன்சல்'. 'கடவுளே ... அடுத்த கச்சேரி பதிமூணாந்தேதிதான்' மாப்பிள்ளையின் நண்பர்கள் அப்போதே எஸ்கேப் ஆகியிருந்தார்கள். இசைக் குழுத்தலைவரின் முகத்தில் ஈயாடவில்லை. ஆர்வக் கோளாறில் ஒப்பந்தச்சீட்டு எதுவும் எழுதியிருக்கவில்லை. பாக்யராஜ் குரலில் 'ஸோ அட்வான்ஸூம் கெடையாது' என்றான் ஜெகதீஷ். அனலாடும் பெருமூச்சுகளோடு அத்தனை வாத்தியங்களையும் ஸ்பீக்கர் பெட்டிகளையும் இன்னபிற சாமான்களையும் இறக்கி, மீண்டும் அதை லோடு வேனில் ஏற்றி . . . அப்பாடா என்றாகிவிட்டது. புறப்பட வேண்டியதுதான். டிரைவரிடம் மனோகரண்ணன் 'உள்ளே போ' என்று கட்டளையிடும் 'பாட்ஷா' ரஜினி பாவனையில் 'தம்பி நீங்க வாசல்ல வண்டிய ஸ்டார்ட் பண்ணி ரெடியா நில்லுங்க, நான் இப்போ வந்துருவேன்' என்று சொல்லிக் கொண்டிருந்தார். அசதியின் அரைத் தூக்கத்தில் முங்கியிருந்தோம் நாங்கள். மறுநாள் டிரைவரிடம் அதுபற்றி விசாரித்தபோதுதான் விஷயம் தெரிந்தது. வாசலில் வண்டியைத் தயாராக வைக்கச் சொல்லிவிட்டு உள்ளே போன மனோகரண்ணன், உறங்கிக் கொண்டிருந்த நாதஸ்வர கோஷ்டியைத் தட்டி எழுப்பி, 'மேல ஏதோ சடங்கு நடக்குதாம். அய்யரு வந்து சொல்ற வரைக்கும் வாசிங்கன்னு மாப்பிள்ளையோட அப்பா சொல்லச் சொன்னார். நல்லா வலுவா சத்தமா வாசிக்கணும். அப்பத்தான் மாடில சடங்கு நடக்குற இடம் வரைக்கும் கேட்கும்' என்று உசுப்பிவிட்டு வந்துவிட்டாராம். தூக்கக் கலக்கத்தில் என்ன ஏது என்று யோசிக்காமல் 'தட்டும் டும் டட் டுக் ட்றட்றட்றட் கிடுகிடு டொம் டக் ...' நடுத்தர வயதுத் தவில்காரர் தோளைக் குலுக்கிக் கொண்டு வாசிக்க பிப்பிரிப்பீயென கடமையைச் செய்யத் துவங்கியிருக்கிறார் நாயனக்காரர். மண்டபத்தில் தூங்கிக் கொண்டிருந்த எல்லோரும் சீட்டுக் கச்சேரி ப்ளஸ் சரக்குத் திருவிழா நடந்துகொண்டிருந்த ஹாலுக்கு வந்து சேரும்படி, தவிலைத் தட்டி முழக்கி முழுத் திறமையையும் காட்டிய நாதஸ்வர கோஷ்டிக்கும் மாப்பிள்ளையின் சித்தப்பாவிற்கும் குஸ்திப் போட்டி துவங்கிவிட்டதாம். சம்பவம் நடந்தது பின்னிரவு 2.30 மணிக்கு!

பூக்கமழ் தேறல்

உலக அளவில் பல இசைக் கலைஞர்களைப் போதை ஆட்கொண்டு இருந்தது. பீட்டில்ஸில் ஆரம்பித்து ஜான் கேஷ், பிரெட்டி மெர்குரி என்று எத்தனையோ அற்புதமான இசைக் கலைஞர்கள் போதை மருந்தின் பிடியில் சிக்கிச் சின்னாபின்னமாகி இருந்தார்கள்.

'இசை என்பதே ஒருவித போதை மனநிலையில்தான் உருவாகுமோ ? அந்தப் போதை மனநிலை இல்லாமல் நல்ல இசையை உருவாக்கவே முடியாதோ' என்றுகூட எனக்கு அப்போதெல்லாம் தோன்றும். ஆனால், என் கண் எதிரே ஒரு இசையமைப்பாளர் இருந்தார். அற்புதமான இசையை அளித்த அவரிடம் எந்தப் போதைப் பழக்கமும் இல்லை. அதற்கு மாறாக, ஆழமான ஆன்மிகப் பிடிப்பு இருந்தது. அவரைப் போலத்தான் நாமும் இருக்க வேண்டும் என்று அப்போது மனதுக்குள் தீர்மானமாக முடிவு செய்தேன்.

இளையராஜாவைக் குறித்து
ஏ.ஆர். ரஹ்மான்

பாணன் வீழ்ந்த காதை

கேரளத்து நகரமொன்றின் சாலையோரத்தில் கிடந்தவனின் வாய் நுரைத்து வழிகிறது. கிழிந்த சுவரொட்டிமீது வெயில் தழுவ மயங்கிக் கிடக்கிறவனைப் பார்த்து இப்போது ஒதுங்கிப் போகிற மக்கள், இந்த உடலிலிருந்துதான் முந்தைய

இரவில் பிரணவநாதம் தெறிக்கக் கண்டார்கள். நேற்றைய சுவரொட்டியில் ஒலிவாங்கியோடு புன்னகைக்கிற இதழ்களும் இப்போது நுரைத்துப் பொங்குகிறவையும் ஒன்றேதான். இதழோரம் சுவைதேடப் புதுப்பாடல் பாடப் பாடக் கிறங்கிய நெஞ்சங்களின் மாராப்புமேல் நனைந்து கிடந்த கூந்தல், பெருமூச்சில் காய்ந்தலைந்த நேற்றைய ராத்திரியில் காய்த்துப் பழுத்தன பேரொளி வீசிய ஆயிரம் நிலவுகள்.

“கோயம்புத்தூருலதான் குடியிருக்கற(ன்). ஆனா கலைச்செல்வனத் தெரியாது. கேள்விப்பட்டதுமில்ல’ என்பவர்களோடு நமக்கு ஒட்டுமில்லை உறவுமில்லை. இந்தக் கேடுகெட்ட சமூகத்தால் தாழ்த்தப்பட்ட அருந்ததிய குலத்து இளைஞன் வேடத்தில் பாக்கியலக்ஷ்மி ஹோட்டலருகில் ‘கோல்டன் ஆர்கெஸ்ட்ரா’ வாசலில் வந்து நிற்கிறாள் கலைவாணி. புண்ணியத்தை கட்டிக் கொண்டவர்களுக்கு ‘ராஜா என்பார் மந்திரி என்பார் ராஜ்ஜியம் இல்லை ஆள’வென்று பாடிக் காட்டுகிறாள் நாமகள். ‘கேளடா மானிடவா நம்மில் மேலோர் கீழோர் இல்லை’யென்று கோயம்புத்தூர் மெல்லிசையுலகம், ஞானக்கொழுந்தின் பாதங்களைத் தலையில் வைத்துக் கூத்தாடியது. “ராகம் தானம் பல்லவி நா மதிலோனே கதலாடி” பாடுகிறான். அப்படியே பாலசுப்ரமணியத்தின் குரல்! அவன் வலிந்து பாலுவைப் ‘போலச்செய்’யவில்லை. அவனது குரலே அப்படித்தான்.

‘எங்கு போனாலும் விடமாட்டேன்

நானாகத் தொடமாட்டேன் அய்யா . . . ஹா ஹாக்கூ’ ரஜினி பாட்டில் கர்ஜித்தால்,

“கன்னியின் கழுத்தைப் பார்த்தால் மணமாகவில்லையே காதலன் மடியில் பூத்தாள் ஒரு பூப்போலே” காதல் பாடல்களில் சிரித்தால்,

பால் நிலவு சூரியன் போல் சுட்டதென்ன மாயம்
பச்சக்கிளி தோளக் கொத்தி வந்ததிந்த காயம்
ஓடி வந்த வைகை நதி காஞ்சதென்ன மாயம்
கூட வழி இல்லையென்றே ஆனது பெண் பாவம்

தொகையறா பாடினால்

அய்யோ! அய்யோ! அப்படியே எஸ்.பி.பி! “கலை வெள்ளியடிச்சாலும் எஸ்பிபி மாரியே அடிப்பாப்ள” என்பார் “டிலைட்’ ஆர்கெஸ்ட்ராவில் ஏ.எம். ராஜா குரலில் பாடும் தமிழ். இத்தனைக்கும் கலைச்செல்வனின் ஆதர்சம் எஸ்.பி.பி அல்ல. கந்தர்வக் குரலோன் கண்டசாலா.

“ஓடும் தென்றல் முன்னால் வரும்—இசை பாடும் குயிலோசை தன்னால் வரும்”

சிறுவாணி இனித்துக் கொட்டும் கோவை மாநகரத்து மதுச்சாலைகளிலும் தாசானுதாசர்களின் புழக்கடைகளிலுமான ‘குடி’யமர்வுகளில் நாட்டோரால் “கலை” என்றழைக்கப்பட்ட பாட்டுத்திறங்கொண்ட மன்னர்பெருமான் கண்டசாலா சமூகத்தின் காலடியில், சேடிப்பெண்டிரால் சாணம்மெழுகி மாக்கோலமிடப்பட்ட அழகிய தரையில், கடலை பர்பிகளும் விருப்பாச்சிப் பழங்களும், மிக்சர் பாக்கெட்டுகளும் சோடா சிகரெட் முதலான பரிசுப் பொருட்களும் கொட்டிக்கிடக்க, தர்பாரில் ஆஸ்தானக் கலைஞர்கள் தத்தமது ஞானத்திரட்சியில் தேக்கரண்டி, தண்ணீர்க் குவளைகளை ஜலதரங்கமாக்கி வைத்து, கற்பனையில் ஆயிரந்தந்திகள் கொண்டதோர் யாழேந்தி, பிளாஸ்டிக் குடங்களை நந்திதேவரின் முழவாக்கி, ட்ரங்கு பெட்டிகளைப் பக்கவாத்தியங்களாக மாற்றிவைக்க, அவையோர் பழந்துணி மூட்டைகளின்மேல் வாகாய்ச் சாய்ந்து கண்களை மூடிக்கொள்ள மன்னர் தன் தோள் சீலையைச் சரி செய்து கொண்டு இடது கரத்திலிருந்த கோப்பையிலிருந்து யவனமது வழிய வாட்சைக் கழற்றி மாட்டிக்கொண்டு வலது கையால் நடு உத்திரத்தைத் தாங்கும் சவுக்குத்தூணைப் பற்றியபடி தொண்டையைக் கனைத்துக் கொண்டதும் வெண்டாமரையாள் ஓலைக் குடிசையின் கூரை விலக்கி வண்டாகிப் பறந்து வருவாள்.

அமைதியில்லாதென் மனமே என் மனமே
அனுதினம் மாயாஜாலத்தைப் போலே
மனதே ப்ரேமை மந்திரத்தாலே
அமைதியில்லாதென் மனமே என் மனமே

கோட்டையைச் சுற்றியோடும் கறுத்த அகழிகளின் சலசலப்புக்கும் கோந்துவழியும் வேம்பு மரத்துக் கசந்த காற்றின் சில்லிப்புக்கும் நடுவில் நியமங்களின்படி நிர்மாணிக்கப்பட்ட துவைக்கிற கல்லின் மீதமர்ந்து தென்னோலையரங்கத்திலிருந்து கசியும் ரிஷப காந்தார நிஷாதங்களைக் கேட்கிற யோகம் அமைந்த சாதகரின் வாழ்வுதான் வரம் என்கிறது நமது வேதம்.

வெளிர் நிறத்து முழுக்கை சட்டையைக் கவ்விப்பிடித்த அடர்நிறத்துக் கால்சட்டையோடு பார்வைக்குக் கலைச்செல்வன் ஒரு அலுவலரைப் போலிருப்பார். வயிறேயில்லாத ஒடிசலான தேகம். புருவத்துக்கு மேலே மூன்று விரற்கடைக்கப்புறம் அடர்த்தியாகத் துவங்குகிற தலைமுடியோடிருந்த அவருக்குக் கடைசிவரை வயசாகவேயில்லை! இடதுகையில் வயரையும் வலதுகையில் மைக்கையும் பிடித்துக்கொண்டு கலை தனது

வலது தோளைக் குலுக்கினால் சங்கதிகள் வைரங்களாய் உதிரும். எனக்கெல்லாம் தோள்வலி வந்ததுதான் மிச்சம். டேரலண்ணன் 'ஏன் மாப்ள? ஃபுல்ஹேண்ட் ஷர்ட் போட்டு ஒயரைச் சுத்திக் கைல புடிச்சுட்டு தோளக்குலுக்குனா கலைச்செல்வனாய்ருவியா?" என்று கிண்டல் செய்வார். கலையின் சொந்த ரத்தமான குமாரையே டேரலண்ணன், 'ஏன்டா குமாரு, அதே அம்மா, அதே அப்பா, அதே வீடு, அதே மொகம், ஆனா அவன் அப்ப்ப்டி! நீ ஏண்டா இப்புடீ? நீயி 'சுமாரு'ன்னு பேரை மாத்திக்க மாப்ள, சரியா?" என்று சீண்டுவார். எங்களை மட்டம் தட்டிப் பேசுவதற்காக அல்ல. கலையின் உயரம் அப்படி. இணைவைத்துப் பேச முடியாதபடி மலையளவு இருந்தாரவர்.

'எங்கிட்டயே கலைச்செல்வன்னு ஒரு பையன் இன்னிக்கு நம்ம புரோகிராமுக்கு வராப்ளன்னாங்க . . . நான் கொஞ்சம் லேட்டு. கச்சேரி தொடங்கிப்போயிட்டுருக்கு . . . நா போகும் போது 'விழியிலே மலர்ந்தது' பாடிட்டிருந்தான். பொதுவா நமக்கு என்ன தோணும்? நாமளும் போயி தெறமையக் காட்டணும்னுதான? மனசார சொல்றஞ் ஜானு . . . எனக்கு நம்ம பையனே எல்லாத்தையும் பாடட்டும்னு தோணுச்சு! அங்கியே நின்னேன். அய்யோ . . . எப்புடி பாடுனாந் தெரியுமா . . . கச்சேரி முடிஞ்சதும் போனா என்ன பாய் கோவிச்சுக்கிட்டீங்களான்னு கேட்டானுக. இவனுக அப்படித்தானே நெனப்பானுக . . . கலை . . . அவனுக்குப் பேரு அமஞ்சிருக்கு பாத்தியா . . . கலை . . .' என்று தனது பழைய நினைவுகளில் ஆழ்ந்தார் நூர்தீன் பாய். நூர்தீன் பாய் மேடையில் பாடுவதைப் பார்த்துத்தான் தானும் பாடகராக வேண்டுமென விரும்பினார் கலைச்செல்வன்.

நான்கு பாடல்கள் கொண்ட ஈ பி ரெக்கார்டின் பதினெழு ரூபாய் ஐம்பது பைசாவாக இருந்த காலகட்டத்தில், ட்ரம்மர் லூஸ் மணியின் கல்யாணத்தில் பாடத் துவங்குகிறார் நூர்தீன் பாய். 'செந்தாமரையே செந்தேன்மழையே' யோகேஸ்வரி ஆர்கெஸ்ட்ரா ஞானமுத்து, அக்கார்டின் ஹரி, கோல்டன் ஆர்கெஸ்ட்ரா ஏ.எல்.எஸ். குமார், சசி போன்றவர்கள் உற்சாகப்படுத்த சலிவன் வீதி பள்ளியின் அரங்கத்தில் நடக்கிறது நிகழ்ச்சி. சசி வந்து முகவரி கேட்கிறார். பாராட்டுகிறார். அங்கிருந்து புறப்பட்ட வண்டி கொச்சின் கலாபவன், திருவனந்தபுரம், கொல்லம், கோட்டயம், சங்கணாச்சேரியென நிற்காமல் ஓட ஹிந்தியும் தமிழும் பாடும் பாயை நம்பிக் கோவையிலும் பல பேனர்கள் இருந்தன. மதுவையும் புகையையும் அறவே பிடிக்காத நூர்தீன்பாய்க்கு பாக்கியலக்ஷ்மி ஹோட்டலருகில் 'கோல்டன் ஆர்கெஸ்ட்ரா' வாசலில் வந்து நின்றுகொண்டு

தன்னைப் பார்த்ததும் சிகரெட்டை மறைக்கிற அந்தப் பையனை ரொம்பப் பிடித்துப் போனது. “அவன் கல்லுக்குழிப் பையன் அப்படீன்னு சொல்லவே முடியாது. அவ்ளொ ஸ்டைலா இருக்கான். மொகத்துல சரஸ்வதி கடாச்சம் இருக்கு. அவனைப் பார்த்துட்டே இருக்கலாம் போலருக்கு. உள்ளே கூட்டிட்டுப் போனேன்” என்றார். ‘சரஸ்வதி கடாக்ஷம்’ என்று பாய் சொல்லக் கேட்டுப் பரவசமானேன்.

எலைட்ஸ் ஆர்கெஸ்ட்ராவில் பாடிக் கொண்டிருந்த எஸ்.பி.பி வாய்ஸ் ரங்கபாபு, சேரன் போக்குவரத்துக் கழகத்தின் ‘சேரன் இசைக்குழு’விற்குப் போகிறார். எனவே நூர்தீன் இங்கு வரவேண்டுமென விரும்பி ‘எலைட்ஸ்’ ஆர்கனைஸர் டேவிட் சார், தனது அலுவலக உதவியாளரும் நூர்தீனின் மாமாவுமான அம்ஸா பாயிடம் சொல்லியனுப்ப இதுவரை தனக்குச் சிபாரிசு செய்யாத மாமா இப்போது மட்டும் தன்னை அழைப்பதை ஏற்றுக்கொள்ள முடியாத நூர்தீன் பாய் தனது மானசீக சீடன் கலைச்செல்வனைக் கூப்பிட்டு “ரஜாக் பாய்தான் மொத மொதல்ல என்னைப் பாட வெச்சாரு. அவர் மரியாதைய நான் காப்பாத்திட்டேன். என் மரியாதைய நீ காப்பாத்திருவேன்னு நம்பிக்கை இருக்கு. ‘எலைட்ஸ்’ மிலிட்டரி மாதிரி. அங்க டிஸிப்பிளினா இருக்கணும். பெரியபெரிய எடத்துல கச்சேரி பண்ணுவாங்க ஜாக்கிரதை! அங்கியெல்லாம் தண்ணியப் போட்டுட்டு படுத்துறாத” என்று புத்தி சொல்லி அனுப்புகிறார்.

ஒருநாள் அம்ஸாபாய் வந்து “நூரு . . . நீ அனுப்பிச்ச பையன் ரொம்ப ப்ரமாதமா பாடறான் ஆனா வேண்டாத பழக்கமெல்லாம் இருக்கு அவன்ட்ட” நூர்தீன் பாய் முகத்தைச் சுருக்கி “கொஞ்சம் முன்னப் பின்ன இருப்பான் மாமா ஆனா நல்ல தொழில்காரன்! அவனப் பத்திரமாப் பாத்துக்கங்க” என்றார். சங்கீதமே படித்திராத கலைச்செல்வன் ஸ்வரங்களைப் பாடினால் அரங்கங்கள் அதிர்ந்தன.

“ரீஸ ஸாஸ ரிரி ஸாஸ ரீ ஸாஸ ஸநி ஸரி ஸநி ஸரீஸ நிரிஸநித நீ நீ நீ

தாத நீ நி தத நீ நி தா நீ நி தநிஸ தநிஸ தநி தக்ரி ஸா நிதப தா தா தா

கரிகா மமகா கரிகா மமகா கரிகமப காமபத மதபமகரி ஸநி ஸரிகஸரீ”

“சங்கராபரணம் பாடுவாப்புடி அயய்யோ . . . ஆண்டவரு அப்புடி அள்ளிக் குடுத்துருக்கார் ஞானத்தை . . . கண்ணை மூடிக்

கேட்டா எஸ்.பி.பி தான் பாடறாப்ளன்றுவோம். 'எலைட்ஸ்' டேவிட் சார், கலைக்காக எப்புடியும் மில்ட்ரி ஆஸ்பத்திரியில வேலை வாங்கிக் குடுத்துருனும்னு படாதபாடு பட்டாரு, கலைதான் போகல . . . தண்ணியப் போட்டுட்டுப் படுத்துக் கெடந்தாப்ளயாமா . . . ப்ச்" எனக் கவலைப்படுவார் தபேலா ஸ்டீபன்.

டிரம்மர் வின்சென்ட், "அந்தக் காலத்துல நிர்மலா காலேஜுல 'எங்கேயும் எப்போதும்' பாடுவாப்டி. புள்ளங்கள்ளாம் உசுர உடுவாளுக. ஒரு புள்ள ஓடிவந்து கையில முத்தமே குடுத்துச்சுப்பா" என்று ஆச்சரியப்படுவார்.

வியக்கும்படியான சம்பவமொன்றை ராமேட்டன் சொன்னார். "மல்லிசேரில, மனோ ப்ரொக்ராமுக்கு ரிஹெர்சல் பாக்கும்போ . . . சிங்கர் மனோ, 'அண்ணா, ரெண்டு நாளாத் தூக்கமில்ல . . . தொண்டை ஒரு மாதிரி இருக்கு ரிகர்ஸலுக்கு உங்க ட்ரூப் சிங்கர் பாடட்டும். நான் இருந்து பாத்துக்கறேன்'னு சொன்னதுனால உள்ள தூங்கிட்டு இருந்த கலையக் கூப்பிட்டேன். கண்ல பூளையோட அப்புடியே எழுந்து வந்து ஏன்னு கேட்டான். பாடச்சொன்னேன். மொகத்தக் கழுவிட்டு வந்து மதுர மரிக்கொழுந்து வாசம் . . . பாடுனாம்பாரு . . . மனோ பாட்ட அப்டியே எஸ்.பி.பி பாடுன மாதிரி . . . மனோ எங்கிட்ட 'அண்ணா, டைட்டில் கார்டுல எஸ்.பி. பாலசுப்ரமணியம், மலேஷியா வாசுதேவன், அதுக்கு அப்புறம் கீழ மனோன்னு போடுவாங்க. அது என்னோட எடம்னு நெனச்சிருந்தேன். கலை பாடிக் கேட்டதும் என்னோட மண்டைக் கனமெல்லாம் தூள்தூளாயிடுச்சுண்ணா" ன்னார். மனோக்கு எவ்ளோ பெரிய மனசு பாரு . . . ஒரு ஆர்டிஸ்டுக்குத்தான்டா இன்னொரு ஆர்டிஸ்டைப் புரிஞ்சுக்க முடியும்"

'என்னம்மா கண்ணு' பாடும்போது மலேஷியா, 'என்னம்மா கலை சௌக்யமா'ன்னு பாடுவாரு. கலை பதிலுக்கு 'ஆமண்ணே வாசண்ணே சௌக்கியந்தான்னு பாடுவாரு" என்று மலேஷியா வாசுதேவன் குரலில் அசலாய்ப் பாடும் முத்துக்குமார் சிலாகிப்பார். "மெட்ராஸ் கச்சேரிக்காரங்க வண்டியும் கோயம்புத்தூர் வண்டியும் வழியில எங்கியாச்சும் சந்திச்சுக்கிட்டா "பிரதர், கலைசெல்வங்கறது யாருங்க பிரதர்? கோயம்புத்தூர் பேச்சு வந்ததுனா உடனே அங்க கலைச்செல்வன்னு ஒரு சிங்கர் இருக்காருங்க. அப்டியே அச்சு அசலா எஸ்.பி.பி மாதிரியே பாடறாரு'ங்கறாங்க' வந்துருக்காருங்களா?ன்னு கேப்பாங்க" பாடகர் நவ்ஷாத் சொல்லிக் கொண்டிருக்கும்போதே தபேலா கொச்சேட்டன் என்கிற ஸ்ரீகுமார் 'த்ருசூர்

கலாசதன்'டெ ப்ரோக்ராமிலு கலை 'சங்கரா' பாடி . . . என்டெ ஈஷுரா பின்னே பாடான்வந்ந கெஸ்ட் சிங்ஙர் மார்கோஸினே ஜனங்ஙளு “தான் மிண்டாண்டிரிக்கி, ஆ செல்வன் அல்லே அயாளினே பாடாம்பற'ன்னு சொல்லியாச்சு” என்று சொல்லி முடித்ததும் பாடகர் பெரிய சுரேஷ், “அப்பன் மகன் வயசுன்னாலும் டி.எம்.எஸ். குமாரசாமியண்ணனும் கலையும்தான் ஜோடிக, அண்ணனுக்குக் கலை மேல பாசம் ஜாஸ்தி. அவருக்கு ராகமெல்லாம் அத்துப்படி. கலை படிக்கல. ஆனா ஒருநாளும் சுதி அவுட்டானதில்ல. அவன் ஞானஸ்தன்டாம்பாரு” என்க, ஃப்ளூட் ஆனந்தண்ணன், “கோயம்புத்தூர்ல பொறந்துட்டு கலைட்ட மட்டும் குசும்பில்லாம இருக்குமா? தங்கைக்கோர் கீதத்துல தினம் தினம் உன் முகம்னு ஒரு பாட்டு இருக்கு தெரியுமா? ஆனந்த பாபு ஹீரோவா நடிச்ச படம். பாட்டு பயங்கர ஹிட்டு. கச்சேரில கலைய அந்தப் பாட்டு பாடச்சொல்லியிருக்காரு தீன் பாய். கலை, 'அந்தப் பாட்ட இன்னும் படிக்கல பாய்'னு சொல்லிருக்காரு. கேக்காம, 'சும்மாருங்க கலை நீங்களாவது எஸ்.பி.பி பாட்ட படிக்காம இருக்கறதாவது'ன்ட்டு “அடுத்து நீங்கள் ஆவலுடன் எதிர்பார்க்கும் தங்கைக்கோர் கீதம் திரைப்படத்திலிருந்து தினம் தினம் உன் முகம் பாடலை குழுவின் பாடகர் கலைச்செல்வன் பாடுவார்'னு அனௌன்ஸ் பண்ணீருக்காரு. கலை போயி

தினம் தினம் உன் முகம்
நினைவினில் மலருது
நெஞ்சத்தில் போராட்டம் போராட்டம்
உன்னை நானும் அறிவேன்
என்னை நீயோ அறியாய்
யாரென்று நீ உணரும் முதல் கட்டம்

இதற்கு மேல இந்தப் பாடல் தெரியாததால் . . .” னு சொல்லிட்டு மைக்க வெச்சுட்டு வந்துட்டாப்டியாமா” என்று சொல்லிச் சிரித்தார்.

அதுவரை அமைதியாய்க் கேட்டுக் கொண்டிருந்த ஜோசேட்டன் இறுகிய முகத்தோடு 'ஒரு சின்னப் பறவை' கேட்கணுண்டா அவன் வாய்ஸுல” என்றபோது குரல் உடைந்திருந்தது.

“நானெல்லாம் 'துள்ளித்துள்ளி நீ பாடம்மா' கேட்டு அழுதுருக்கேன்”

“அப்ப 'வந்தன'த்துக்கெல்லாம் என்ன செய்வ?”

“ஏன் சங்கீத ஜாதி முல்லை?”

“நானும் உந்தன் உறவை? அய்யோ ... அதுலயும் கடைசி ‘உயிரே’ல வெள்ளியடிச்சுப் பாடறதெல்லாம் சான்ஸே இல்ல”

“ராகங்கள் பதினாறு ஹம்மிங் கேட்ருக்கியா அவுரு பாடி?”

“ஏன் அண்ணன் ஒரு கோயிலோடது?” அவரவர்க்கான பாடல்களோடு சண்டையிட்டுக் கொள்வார்கள் கலைக்காக.

எண்பதுகளிலேயே கேரளம், தமிழகத்து மேடைப்பாடகனுக்குக் ‘கட் அவுட்’ வைத்துக் ‘கலைச்செல்வன் நைட்’ என்று நிகழ்ச்சி நடத்திக் கொண்டாடியிருக்கிறது. அதற்காக ஒட்டப்பட்ட தனது போஸ்டரின்மீதே அந்த மகா கலைஞன் போதையில் படுத்துக் கிடந்தான்.

“ச்சே” கட்டைவிரலை வாயருகில் வைத்துக் காட்டி “அந்தண்ணனுக்கு இந்தப் பழக்கம் மட்டும் இல்லன்னா இந்நேரம் எங்கியோ போயிருப்பாரு”

“அப்பவே கொச்சின் கலாபவன்லயோ திருச்சூர் கலா ஸதன்லயோ லட்ச ரூபா தரேன்னாங்க இவருதான் ...”

“அங்கிங்குல அண்ணன ராஜா மாரி வெச்சிருந்தாங்கங் காலைல கீழாநெல்லி ஜூஸென்னங் சாப்பாடென்னங் நேரத்துக்குப் பாலென்னங் அண்ணன கவனிச்சுக்கறதுக்கு மட்டும் தனியா ஒரு பையனிருந்தானுங்கங்”

“ரிதம்ஸ் ஆர்கெஸ்ட்ரால கோவை ராஜன், நெப்போலியன், கலையண்ணன் எல்லாம் ஒண்ணா இருந்தாங்க ... ரிதம்ஸோட டைட்டில் மியூசிக் ‘நாளாம் நாளாம்’ வாசிப்பாரு நெப்போலியன்”. பாடகர் அருண்மொழிதான் நெப்போலியன். இளையராஜாவின் புல்லாங்குழல்.

“எலைட்ஸ்ல இருந்தா குடிக்க முடியாதுன்னு வெளிய வன்டாப்ளயாமா”

மங்கல வாத்தியம் முழங்க, ஊர்ப்பெருந்தலைகள் வெள்ளித்தண்டையைக் காலில் அணிவித்து, செம்பட்டுப் போர்த்தி, ஆளுயர மாலையிட்டு, மலர்தூவ, தலைப்பாகையின் வெண்பட்டுச் சரிகை மின்ன, சபையமர்ந்த சோமையாஜுலு, சாராயக் கடைகளுக்குள்ளும் சங்கராபரணம் பாடியதுதான் காலக்கொடுமை. பொறுத்துப் பொறுத்துப் பார்த்த சகலகலாவல்லி மனஞ்சலித்தாள். மெல்ல மெல்ல முகம் மறைத்தாள். ஞானவாகினி போனவழிக்கே மானமும் வண்டியேறிப் போனது. பூட்டிய கடைவாசலில் வாந்தி எடுத்து அதன் மேலேயே ஈக்கள் மொய்க்க

வேட்டி விலகிக் கிடந்தார் சோமையாஜுலு. அப்படியாக ஒரு நாள் கலை தேய்ந்த கதைக்கும் வந்தது ஒரு முடிவு.

"ஊத்திக் குடுத்து, புகழ்ந்து புகழ்ந்தே கொன்னுட்டானுகடா"

"என்னாச்சு"

"ஏற்கனவே மஞ்சக்காமாலை இருந்துச்சாமா... டாக்டர் குடிக்கவே கூடாதுன்ருக்காரு"

"சும்மா இருக்காம மப்புல குட்டி நாகப்பாம்பெ கையில எடுத்துக் கொஞ்சி அது கடிச்சிருச்சுன்னுஞ் சொல்றாங்க. எது நெசமோ ஆரு கண்டா"

சவுரிபாளையம் டோமினிக், தனது யேசுதாஸ் குரலில் சோகம் ததும்பப் பாடினார்

யாரார்க்கு என்ன வேஷமோ இங்கே யாரார்க்கு எந்த மேடையோ
ஆடும்வரை கூட்டம் வரும் ஆட்டம் நின்றால் ஓட்டம் விடும்
தாயாலே வந்தது தீயாலே வெந்தது மெய்யென்று மேனியை
யார் சொன்னது

வெஞ்சனம் அல்லது தொடுகறி

படைவீரர்கள் கள்ளை விரும்பிக் குடிப்பதால் நாவில் ஏற்படும் புளிப்பு வேட்கைக்குக் களாப்பழமும் துடரிப்பழமும் உண்டனர். அப்படியும் நீர் வேட்கை தணியாமையால் கருநாவற் பழத்தைப் பறித்து உண்டனர். கள் உண்டதால் ஏற்பட்ட நீர் வேட்கையைக் களாப்பழமும் துடரிப்பழமும் கருநாவற் பழமும் தணிவித்ததுடன் உடலுக்கு உரமாகவும் இவை விளங்கின. அளப்பரிய வலிமையையும் இவை அளித்தன. களாப்பழம் உடல் வலியைப் போக்குவதுடன் மலையைப் போன்று உடலுக்கு வன்மையை அளிக்கும் குணம் உடையது. கருநாவற்பழம் கள் அருந்துதலால் ஏற்படும் உடல் வறட்சியைப் போக்கி உடலுக்கு உரமளிக்கும் தன்மையுடையது என்பதை மூலிகைக் குணபாடம் வழி அறியலாம். எனவே, கள்ளைப் பருகினாலும் அதன் தீமைகளிலிருந்து உடலைப் பாதுகாக்கும் வகையில் பழ வகைகளையும் அக்காலத்தில் உண்டனர். அதனால் கள் உடலுக்குத் தீமையை உண்டாக்கவில்லை.

தமிழ்க் களஞ்சியம்

கவுண்டமணியின் 'தாளம் தப்பியாடு'ம் நடனத்தைக் கண்டுகொண்டு அதைச் சின்னத்திரையுலகிற்கு முதன்முதலாகச் செய்து காட்டிய கோவை குணா என்னும் 'போலச் செய்தலி'ன் பெருங்கலைஞனைத் தந்தது கோவை. நடிகர் அசோகன் (ஆலம்பனா . . . இம்ரான் அவன் பொடியன்!) மற்றும் எம் ஆர். ராதா குரல்களைக் குணா பேசிக் காட்ட, பார்த்தவர்கள் பாக்கியவான்கள்.

‘ஜேம்ஸ் பாண்டின் அண்ணன்தான் ப்ரூக் பாண்ட்’

‘ஜுராஸிக் பார்க்கின் இரண்டாம் பாகம் வ.உ.சி. பார்க்’

‘அனகோண்டாவின் இரண்டாம் பாகம் பித்தளைஅண்டா மூன்றாம் பாகம் முட்டைபோண்டா’ என்பதையெல்லாம் சொன்ன குணாவின் இரண்டாம் பாகமும் விஜய் டீவி, சன் டீவியென ஒளிர்ந்தது. தான் நடந்து திரிந்த காந்திபுரம் நூறடிச் சாலையில் தன் விகடத்திறத்தால் வென்றெடுத்த ‘ஸ்விப்ட்’ தேரில் வலம் வந்தார் குணா.

‘பஞ்ச தந்திரம்’ திரைப்படம் வெளிவந்திருந்த நேரம். இசைக்குழுவில் எல்லோருமே ஃபிரெஞ்சுக் குறுந்தாடி வைத்திருந்தார்கள். ‘வைக்கலாமா வேண்டாமா? நம்ம நிறத்துக்கு எடுப்பா தெரியுமா? எல்லாரும் செய்யறதையே நாமளும் செய்யறதா? இப்படியெல்லாம் ஒரே குழப்பம் எனக்கு. ‘பஜன் பஜன் காதல் பஜன் செய்’ பாட்டெல்லாம் லிஸ்டில் இருந்து காணாமலான பின்பு குறுந்தாடியையே எல்லோரும் மறந்துவிட்ட பின்பு நான் குறுந்தாடி வைத்துக்கொண்டு கச்சேரிக்குப் போகிறேன். ‘சவுரிபாளையம் பிரிவுல நிக்கறேன்’ என்று ட்ரம்மர் ரமணியிடம் சொல்லியிருந்தேன். மஹேந்திரா மேக்ஸி கேப் வேன் வந்து நின்றதும் பேக்கரிக்குள்ளருந்து ‘சரேலெ’ன வெளிப்பட்டேன். ஜன்னல் வழியாகப் பார்த்துவிட்ட கிதார் டோனி, ஊட்டி வழக்கில் ‘ஜானு … நல்லாக்குதுடா’ என்றான். நான் மிதப்பாகக் கதவைத் திறந்து முதல் படியில் காலை வைத்ததும் இடது பக்கம் முதல் இருக்கையில் அமர்ந்திருந்த குணா அப்பாவியாக ‘ஜானா … ஏன் மாப்ள டிச்சுல விழுந்துட்டியா? பகுட்டுல சேறு இருக்கு பாரு தொடைச்சுக்க’ என்றதும் வண்டியே வெடித்தது. திருப்பூரில் இறங்கியதும் சலூனுக்குப் போனேன் சேற்றைத் துடைக்க.

அதே போல ‘கலக்கப் போவது யாரு’, ‘அசத்தப் போவது யாரு’ போன்ற நிகழ்ச்சிகளில் கலந்துகொள்ளும் கலைஞர்கள் எல்லோரும் கோட்டு அணிந்துகொள்ள ‘மிமிக்ரி’ அஷோக் மட்டும், தனியாகத் தெரிய வேண்டும் என்பதற்காக யோசித்து ஷெர்வானி உடையில் வந்து நின்றார். கலைஞர்கள் ‘கலக்குற மாப்ள’ என்றார்கள். குணா வந்தார். பார்த்தார். நகர்ந்து விட்டார். ‘தல ஒண்ணும் சொல்லாமல் போகுதே’ அஷோக் தானாகப் போய் ‘மாம்ஸு ட்ரெஸ்ஸு எப்புடி இருக்குன்னு சொல்லவேல்ல’ என்றதும் குணா ‘ரெஸிடென்ஸி ஓட்டல் வாட்சுமேன் மாரியே இருக்க மாப்ள’ என்றார். இவையெல்லாம் மப்டியில் இருக்கும்போது நடந்தவை. சார்வாள் ‘ட்யூட்டி’யில்

பட்டையைக் கிளப்புவார்! மதுமோகத்தில், சோமபானப் போதையில் அவர் உருவாக்கிய சித்திரங்கள் ஏராளம்.

பாடகன் சிவானும் நம்ம குணானும் ஈரோட்டில் கோவில் கச்சேரியை முடித்து நடுராத்திரியில் ‘சாப்பிட்ட’ப்புறம் சாப்பிட்டுவிட்டு அதற்கப்புறம் பஸ் ஏறி உறங்கியுருண்டு கோயம்புத்தூர் காந்திபுரத்தில் இறங்கியபோது விடியற்காலை 4 மணி.

சிவான் ‘சரி கிளம்பலாமா’ என்றபோது குணான்,

‘சாப்புட்டுப் போலாமா?’

‘இன்னேரத்துக்கா?’

‘ஏன்?’

‘இல்ல பசிக்குது சாப்ட்டா சாப்ட்ரதுக்கு ஒன்னும் கெடக்காதே’

‘உனக்கு முட்டை பப்ஸ் ஓகேவா?’

‘முட்டை பப்ஸா?’

‘ஆமா பப்ஸ் கம்பனியே நம்ம ஃப்ரெண்டுதுதான் சுடச்சுடக் கெடைக்கும். சரக்குக்கு . . . ம்ம்ம்ம்ம் . . . பட்டையக் கெளப்பும்’ என்று கிளப்பிவிட்டதும் சிவானுக்கு வாயூறி ‘சரி போலாம்‘ என்றான். ஆறுமுகா மதுரசக் கடையின் ஷட்டருக்கடியில் ஏறக்குறைய படுத்து ‘ஈஸ்வரா . . . வானும் மண்ணும் ஃப்ரண்ட்ஷிப் பண்ணுது உன்னால் ஈஸ்வரா...’ என்று பாட, கெட்டவார்த்தைகளோடு எழுந்தருளினார் சால்னா ஈஸ்வரன். பக்தர் குணான் ‘சிரமம் பாக்காம’ எனக் கெஞ்சிக் கெஞ்சியே வாங்கிவிட்டதை வழியெங்கும் முத்தமிட்டுக் கொஞ்சிக்கொண்டே நடந்தார்.

நாலாவது குறுக்குத் தெரு என்பதே ஒரு சந்து. அதிலொரு குறுஞ்சந்து. அதற்குள்ளொரு பொந்து. அந்த பொந்துதான் ‘பப்ஸ் கம்பனி’யாம். கட்டடத்தையே எண்ணெயிலிட்டுப் பொரித்தெடுத்தாற்போல் பிசுபிசுவென்றிருந்தது. சிவானுக்கு ‘வாந்தி வராப்புல’ இருக்கவும்

‘மாம்ஸ் நாளைக்குப் பாத்துக்கலாமா’ என்க

‘இர்றா’ என்ற குணான் அழுக்கு லுங்கிக்குள் சுருண்டிருந்த ரெண்டு பேரில் ஒருத்தனை உசுப்ப அவன் நெளிந்து இன்னும் செக்ஸியான போஸில் உறங்கலானான்.

‘டேய் மாப்புள குணா வந்துருக்கேன்டா’

‘சார் ஏழு மணிக்கி வாங்க சார்’ என்றான்.

சார் என்றது குணானைக் காயப்படுத்திவிட்டது போலும்.

‘சாரா? டேய் மாமா வந்துருக்கேன்டா’ குரலில் வலி தெரிந்தது.

கண்களை இடுக்கித் திறந்து

‘என்ன மாம்ஸ்’ என்றதும்

‘சரக்கிருக்கு, பப்ஸ் இருக்காடா’

‘இல்லியே’

‘ப்ச் . . .இல்லையா . . . ம்ம் சரி நேத்துத்தது இருக்குமே எங்கே?’

என்றதும் முகத்தை இன்னும் சுழித்து

‘உள்ள பாருங்க’

சிவான் நம்பிக்கையாகித் தம்ளரைப் பிரித்து மூடியைத் திறந்து ஊற்றினான். அளவு பார்த்துத் திருப்தியாகி ஒன்றைக் கையிலெடுத்துக் கொண்டு குணான் போனவழியையே பார்த்துக் கொண்டிருந்தான்.

லுங்கி மாப்பிள்ளை ‘என்ன சார் கெடச்சுதா’ என்று சிவானைக் கேட்க

‘போயிருக்கார்’ என்ற சிவான்

‘உள்ள இருக்காப்பா’ என்று கேட்க

‘ம்ம் இருக்கும்’ என்றவன் அருகில் படுத்திருந்தவனைக் காலால் எத்தி

‘குமாரு நேத்தி பப்ஸ¬ இருக்காடா’ என்க அவன் ‘நினைத்தாலே இனிக்கும்’ ஜெயப்ரதா மாதிரி தலையை ஆட்டினான். கையிலிருந்த கருஞ்சிவப்பு திரவத்தையே விருப்பும் வெறுப்பும் கலந்து பார்த்துக் கொண்டிருந்த சிவானுக்குப் பொறுமை தாங்கவில்லை.

'குணா' என்று குரல் கொடுத்ததற்குப் பதிலாக 'ஆங் ... கெடச்சிருச்சு' என்ற குணாவின் குரலுக்கே ஒரே கல்ப்பாய் அடித்து முடித்த சிவான், முகத்தை அஷ்ட கோணலாக்கிக் கொண்டு குணான் வரப்போகும் திசையில் பப்ஸுக்காகக் கையை நீட்டினான். வெளிப்பட்ட குணான் கைகளில் சிவான் எதிர்பார்த்த அளவு பொட்டலமோ பாத்திரங்களோ இல்லை. சிவானின் முகம் போன போக்கைப் பார்த்துக் குறிப்பறிந்தவராய்

'இதை வெச்சு அட்ஜஸ்ட் பண்ணிக்க மாப்ள' என்றபடி சிவானின் உள்ளங்கையில் அவர் பிதுக்கியது கோல்கேட் பற்பசையை.

நாப் பிறழ்வு

பச்சையான கிளி

சுகுணா கல்யாண மண்டபத்தில் வாத்திய இசைக்கச்சேரியில் சாக்ஸபோனில் ஆனந்தண்ணன் 'என்ன சொல்லிப் பாடுவதோ' வாசித்து முடித்தவுடன் 'இன்ஸ்ட்ருமெண்டல் கச்சேரில கதிரி உட்பட எல்லாரும் ஒரே சரணத்தையே ரெண்டு தடவை வாசிச்சு ஏமாத்தறீங்க' என்றேன். முகத்தைச் சுருக்கியவர் நொடியில் புரிந்துகொண்டு 'புக் பண்ணும்போதே சொல்லிட்டேனே? எனக்கு வரியெல்லாம் இன்னும் மனப்பாடமாகலேன்னுட்டு!' என்றார். ஒரு தடவை மரபின் மைந்தன் 'இதோ எந்தன் தெய்வ'த்தைப் பாடச்சொன்னார். நான் 'பாசமுள்ள பார்வையிலே கடவுள் வாழ்கிறான்' என்று பாடுவதற்குப் பதிலாக 'பாசமுள்ள பார்வையிலே தேவன் வாழ்கிறான்' என்று பாடிவிட்டேன். ஞாயிறுகளில் தேவாலயத்திற்குப் போகிற ஒருவன் கடவுள் என்பதற்குப் பதிலாக தேவனென்று பாடியது தவறா ஐயா? கவனித்துவிட்ட முத்தையா 'ம்ம்... ஆமா அடுத்த அடிய 'அவன் முக்குலத்தோர் நெஞ்சினிலே கோவில் கொள்கிறான்னு பாடுங்க' என்றார் நக்கலாக. அவர் கிண்டலுக்குச் சொன்ன வரியும் மெட்டுக்கு வாகான சந்தத்துக்குள்தான் இருந்தது. பாடலின் புரியாத வரிகளை நமக்குப் புரிந்த மாதிரி எழுதிப் பாடிக்கொள்வதும் நினைவில் இல்லாத வார்த்தையைச் சொந்தமாகப் போட்டுச் சமாளிப்பதும் சகஜம்தான். பெரிய வித்தியாசம் வரும்போது பெரிய பிரச்சினையும் வந்து தொலைக்கிறது.

புரட்சித்தலைவருக்கு டி.எம்.எஸ் பாடிய எத்தனையோ பாட்டிருக்க எப்பப் பாத்தாலும் ‘பச்சக்கிளி’ ஒன்றையே எப்போதும் தனக்குத் தருகிறார்கள் என்கிற கடுங்கோபம் டி.எம்.எஸ். எதிரொலி பைரவனுக்கு. எரிச்சலோடு பாடுவதற்காக அவர் எங்களைத் தாண்டிப் போகும்போது அறிவிப்பைக் கவனிக்காதவர்கள் போல ‘என்ன பாட்டுண்ணா பாடப் போறீங்க?’ என்றால் அவருக்கிருக்கும் கோபத்தில் கிசுகிசு குரலில் காதோடு வந்து வேறுமாதிரி சொல்லிச் சிரிக்க வைத்துப் போவார். தாரமங்கலத்தின் கூட்டுச்சாலைச் சந்திப்பில் அமைக்கப்பட்டிருந்த அழகான மிகப்பெரிய மேடையில் “டன் டன் டடன் டன் டன் டடன்” என்று துவங்கி அப்புறம் புல்லாங்குழல், வயலின் உள்ளிட்டவையெல்லாம் அற்புதமாக சேர்ந்து “தூரு ருருருரு தூரு ருருருரு தூரு ருருருரு தூரு ருருருரு” என முடிவில்லாமல் பயணிக்கும் கோவையை ஜலதரங்கத்தையொத்த சின்ன மணியோசையில் கீபோர்டு எட்வின் சார் முடித்து வைக்கும் அந்தப் பிரமாதமான முகப்பிசையை ப்ளோயிங் சுப்ரமணியண்ணன், டிரம்மர் முஸ்தஃபா, கிரீன் முருகன், ரமணி, ஜேப்பி, ரஷீத் பாய் உள்ளிட்ட பதினைந்துக்கும் மேலான கலைஞர்கள் சேர்ந்து மீட்டுருவாக்கம் செய்து காட்டியதும் அவ்வளவு பெரிய மேடையில், அத்தனை பேர் முன்னிலையில், 15000 வாட்ஸ் சவுண்டில், பைரவன் எங்கள் காதில் சொன்னபடி ‘பொச்சைக் கிழி’ என்றே பாடி வைத்தார். அவரேதான் வேறொருமுறை கட்சிக் கூட்டத்துக்காக நிகழ்ச்சி நடத்தியபோது மன்னாதி மன்னன் எல்.பி ரெக்கார்டின்படி மூன்று முறை வருகிற ஒரு கோவையைக் கொண்ட முகப்பிசையை வாசித்து முடித்து டிரம்ஸின் இரு ஓரங்களிலும் கவிழ்த்து வைத்திருக்கிற சின்ன அண்டா மூடி போலிருக்கும் கிராஷ் சிம்பலையும் ரைடு சிம்பலையும் இடைவிடாது லூஸ் மணியண்ணன் அதிரத்தட்டி நிறுத்தியதும் ‘அச்சம் என்பது மடமடையா’என்று உளறினார். அதைக் கவனித்துவிட்ட உடன்பிறப்பு ஒருவர் கோபித்துக் கொள்ள ‘கழகம் நல்ல கழகம்’ பாடிச் சமாதானப்படுத்தியது தனிக்கதை.

பிஞ்சிலே பூத்தது

‘லாலாக்கு டோல் டப்பிமா’ பாட்டை ஒத்திகை பார்த்துக் கொண்டிருந்தோம். முதல் இடையிசையில் தத்தத்தத்தத் தா என்கிற சந்தத்தில் நாதஸ்வரஜாதி வாத்தியமொன்று பேச அதைத் தொட்டடுத்து எலக்ட்ரிக் கிடார் ‘டொடொய்ட டொய் டொடொய்ட டொய் டொடொய்ட டொய்ட டொய்ட’ என்பதாகப் பதில் பேச வேண்டும். மணியண்ணன் மின்னிசைப்

பலகையில் அவரது துணுக்கை வாசித்துவிட அதையொட்டி வாசிக்க வேண்டிய கிதார் சீனிவாசன், 'ம்ம்' என்று சொல்லிவிட்டுத் (மணி வாசித்தது சரியாக இருக்கிறதாம்!) தனது துண்டை வாசித்தார். அந்த 'ம்'மால் தாளத்தில் ஒரு அட்சரம் தள்ளிப் போனது. வின்சென்டுக்குக் கோபம் வந்துவிட்டது. குச்சியால் ***(drumstick)*** மூக்கைச் சொரிந்துகொண்டு பேசாமலிருந்தார்.

'சரி திரும்பப் பாக்கலாம்' என்றார் மணி.

பாடுவதற்காக நேராக நின்று கொண்டிருந்த 'மனோ' ஆண்டனி சுவரில் சாய்ந்து கொண்டான். சீனி தோளில் மாட்டியிருந்த கிதாரோடு சுவர் பார்த்துத் திரும்பி நிற்கவும் வின்சென்ட் சீனியை முறைத்தார்.

'மணிதான் திரும்பிப் பாக்கச் சொன்னாரு வின்சென்டு' என்றவாறு தன்னுடைய 'விட்டு'க்கு தானே சிரித்தார் சீனி.

'கிதாரைச் கழட்டி வெச்சுட்டுத் திரும்பி நிக்க வேண்டியது தானே? ஆம்ப்லருந்து வொயர் புடுங்கிகிச்சு சீனி' என்று கோபித்துக்கொண்டார். 'ரைட் போலாம்' என்றதும் மணி திரும்பவும் வாசித்த தத்தத்தத்தத் தா – வுக்குத் திரும்பவும் 'ம்' என்றார் சீனி. 'மனோ' ஆண்டனி குனிந்து தனது முழங்கால்களைத் தடவிவிட்டுக் கொண்டான். வின்சென்ட் சலித்துக் கொண்டார். 'சீனி நீயி 'உம் உம்னு சொல்லிட்டு வாசிக்கும்போது தாளம் தள்ளிப் போகுது' என்றதற்குச் சீனி, 'சரி சரி சொல்லல' என்றாலும் அனிச்சையாக இரண்டொருதரம் சொல்லிவிட, வின்சென்ட் விரக்தியாகித் தம்மடிக்கப் போனார். அவர் பின்னாலேயே ஜெயகாந்தனும் ஆண்டனியும் வெளியேற நானும் கென்னடியும் தொடர்ந்தோம். 'சீனிக்கு விளையாட்டு ஜாஸ்தியாயிடுச்சு' என்றார். கென்னடிக்கும் எனக்கும் சிரிப்பை அடக்க முடியவில்லை. நான் சீனி மாதிரி 'ம்' சொல்லிக் காட்டினேன். 'ஏனுங்க வின்சென்ட், சீனிக்கு நல்ல ஹியூமர் சென்ஸ் இருக்கு, ஆனா அவரே சிரிக்கிறது அவ்ளோ நல்லா இல்லை, இல்லீங்களா' என்றார் தபேலா நயினார். என் காதில் ரகசியமாக 'நயினாருக்குப் பழைய கோபம்' என்றான் ஜெயகாந்தன்.

ஒருமுறை கோயம்புத்தூர் வானொலி நிலையத்தில் சீனி சார் பெருமையாக யாரிடமோ சொல்லிக் கொண்டிருந்தார்

'சார் நம்மாளுக எல்லாருக்குமே ரெண்டு ரெண்டு திறமைங்க... மணி, கீ போர்டு வாசிப்பாரு டிரம்ஸூம் வாசிப்பாரு, நம்ம வின்சென்டு "ரிதம் பேடு" வாசிப்பாரு, சந்திரபாபு வாய்ஸ்ல பாடுவாரு, கென்னடி இளையராஜா வாய்ஸ்ல பாடுவாரு

அனவுன்ஸ¬ம் பண்ணுவாரு, ஜெயகாந்தன் எஸ்.பி.பி வாய்ஸ¬, அப்புறம் டைமிங்கு...' என்றெல்லாம் சொல்லிக் கொண்டிருக்க இடையில் நுழைந்த நயினார்,

'சார் என்னை அறிமுகப்படுத்தவே இல்லீங்களே' என்று கேட்டதும் சீனி யோசிக்காமல்

'இவருதான் சார் எங்க தபேலிஸ்ட் நயினாரு... கரணை, டக்கா ரெண்டையுமே வாசிப்பாரு'

என்று சொல்லிவைக்க அங்கிருந்த எல்லோரும் சிரித்துவிட்டார்கள். 'டெலிபோன் மணி போல் சிரிப்பவ'ளில் கவிஞர் வைரமுத்து தபேலா என்று சொன்னது பூசினாற் போலிருக்கிற அல்லது பூசணியைப் போலிருக்கிற டக்கா என்கிற அக்காளை. அவளுக்குக் கரணை என்கிற ஒல்லியான உடன்பிறந்தவளும் உண்டு. கரணையும் டக்காவும் ஆன இரட்டைச் சகோதரிகள் சேர்ந்துதான் தபேலா என்கிற வாத்தியம். சீனி சொன்னது உண்மையிலேயே மிகச் சிறந்த, நுட்பமான நகைச்சுவை. ஆனால் நயினாருக்குத்தான் அதை ரசிக்க முடியாதபடி காது நுனியெல்லாம் சிவந்துவிட்டது. அப்புறம் மனசில் வஞ்சம் வைக்காமல் என்ன செய்வார்? மனோ ஆண்டனி உள்ளிருந்து கவலையோடு வந்தான். அவனிடம் வின்செண்ட்

'என்ன சரியாயிடுச்சா?'

'ம்ஹீம்... அவரு, 'ம் சொல்லதீங்க'ன்னா அந்த பீட்டுக்குத் தலையை ஆட்டிட்டு அப்புறம் வாசிக்கிறாரு. மறுபடியும் ஒண்ணு தள்ளிப் போகுது' என்றவன் 'ஆ... ஹொய் பிஞ்சில பூ பூத்து காய் காச்ச' என்று சத்தமாகச் சரணத்து முதல் வரியைப் பாடிப்பார்க்க நானும் ஜெயகாந்தனும் அனிச்சையாக

கொடிதிராட்சை பழமே
இன்னிக்கு செவ்வா கெழமெ
இனிக்கும் கொய்யாப் பழமே

என்று கோரஸ் பாடினோம்.

ஒத்திகை துவங்கியபோது ஆறு மணி. இப்போது எட்டரை ஆகிவிட்டது. சீனியண்ணன் வீட்டிலிருந்து தக்காளிச்சோறு வரவும் ஜெயகாந்தன் 'ஒ இன்னிக்கு தங்க வெச்சர்ரதுன்னு முடிவே பண்ணிட்டாரு போல' என்றான் சிரித்தபடி. சாப்பாட்டுக் கடை முடிந்து மற்ற பாடல்களையெல்லாம் பார்த்துவிட்டு மறுபடியும் லாலாக்கு டோல் டப்பிக்கு வந்தால் மணி பத்தரை! சீனி இப்போது 'ம்'க்குப் பதிலாக 'ஆங்' என்கிறார். மனோ

ஆண்டனி தரையில் உட்கார்ந்து மரநாற்காலியில் தலையைச் சாய்த்துத் தூங்கலானான். இரண்டொருதரம் தவறு செய்த சீனி திடீரெனச் சரியாக வாசித்துவிட்டார். மற்றவர்களும் அவரவர் பாகங்களை வாசித்து முடிக்க ஜெயகாந்தன் உறங்கிக் கொண்டிருந்த ஆண்டனியை உசுப்பிவிட்டான். அவனோ பதற்றத்தில்

'ஆ... ஹொய் பிஞ்சில 'பீ பூத்து காய் காச்ச' என்று பாடவும் டிரம்மிலிருந்த கென்னடி அருவருப்பாகி 'ச்சை கருமம்டா தூ' என்று சொன்ன வேகத்தில் டிரம்ஸ்டிக்குகளைத் தூக்கி எறிந்தார்.

அவளொரு பூத்துவாலை

சீனியர் பாடகர் குமாரின் பாட்டு டைரியைப் புரட்டிப் பார்த்துக் கொண்டிருந்தபோது அதான்டா இதான்டா அருணாச்சலம் நான்தான்டா பாடல் வரிகளில் ஓரிடத்தில் 'என் கண்ணிரண்டைக் காப்பாற்றும் கண்ணு மையும் நீதான்' என்று எழுதி வைத்திருந்தார்

'குமார் 'கண் மை'ன்னு இருக்கு பாருங்க 'கண் இமை'ங்க, கண்ணிமையும் நீதான்'னு மாத்துங்க' என்றதற்கு

'இல்லீங் ஜானு அது கண்ணுமையி தானுங். தூங்கறதுக்கு முந்தி மையப் பூசிகிட்டு மக்யா நாளு எந்திரிச்சு கண்ணப் பாருங். பூளையா பூத்து நிக்கும்ங். ஒடம்பு ஜூடு பூரா எரங்கிரும்ங்' என்றார் சித்தவைத்தியராட்டம்.

'நேருக்கு நேர்' படத்தின் 'அவள் வருவாளா'வைச் சிவான் பாடிக்கொண்டிருந்தபோது கோரஸ் பாடுவதற்காக நிஷாவின் டயரியைப் பார்த்தால் அந்தப் பெண் மலையாளத்தில் எழுதிவைத்திருந்தது. கோரஸாகப் பாடவேண்டிய வரிகளை வேட்டையிடம் கேட்டால்

துபாய் செல்லும் டாக்கீ டவல் அவள்
நெஞ்சை அள்ளும் டால்ஃபின் சவுண்ட் அவள்

என்றார். எனக்குத் தூக்கிவாரிப் போட்டது. வேறு வழியும் இல்லை. வேட்டைமீது நம்பிக்கையுமில்லை. ஏற்கனவே அவரது டைரியில்

'மாயா, மச்சாண்டார் மச்சம் பாக்க வந்தாரா?'

என்று கேட்டு வைத்திருந்தார். இப்போது ஒன்றும் செய்ய முடியாது. அவர் சொன்னபடியே பாடிவிட்டு வந்தோம். அப்புறமாய்ப் பாட்டைக் கேட்டால் அது

ஸ்மூத்தாய் செல்லும் ஃப்ளாப்பி டிஸ்க் அவள்
நெஞ்சை அள்ளும் டால்பி சவுண்ட் அவள்

என்கிறது. வேட்டை ஒத்துக் கொள்ளவேயில்லை. துபாய்க்குத் திருப்பூரிலிருந்துதான் டவல் ஏற்றுமதியாகிறது என்கிற உபரித் தகவலோடு விடாமல் போராடினார்.

மறவாத வரம்

பொதுவாக கல்யாணக் கச்சேரிகளில் மணமக்களை மணமேடையிலிருந்து வலுக்கட்டாயமாக இசை மேடைக்கு வரவழைத்து அவர்கள் கையில் மைக்கைக் கொடுத்து

'சும்மா இந்த வரிகளைப் படிச்சா போதும் பின்னால இருந்து ஆர்கெஸ்ட்ராக்காரங்க பாடிடுவாங்க'

என்று வீடியோக்காரர்கள் கொடுக்கும் தைரியத்தில் புதுப்பொண்ணும் மாப்பிள்ளையும் வாயசைக்க எங்களில் யாராவது பாடுவது வழமை. அப்படியொரு நாள் 'ஒரு நாளும் உனை மறவாத' பாடிக் கொண்டிருந்தேன். ஸ்பாட்மிக்ஸிங் செய்வதில் பரபரப்பாக இயங்கிக் கொண்டிருந்தார்கள் வீடியோக்காரர்கள். கச்சேரி முடிந்ததும் சாப்பிட்டுவிட்டு வெளியே வந்தால் நடுமண்டபத்தில் சிரிப்பும் கும்மாளமுமாக பெருங்கூட்டம். எட்டிப் பார்த்தால் வீடியோவில் மாப்பிள்ளையும் பொண்ணும் மலையுச்சியில், மரத்தடியில், அருவியோரத்து ஊஞ்சலில் 'மதி ஆடியோ' ஸ்டிக்கர் ஒட்டிய மைக்கோடு 'ஒரு நாளும் உனை மறவாத' பாடிக் கொண்டிருந்தார்கள். நன்றாகத்தான் வந்திருக்கிறது என்று நினைக்க நினைக்க வீடியோவில் வந்த ஒரு வரியைக் கேட்டதும் கலக்கமானேன்.

'சூப்பரா இருக்குடா மாப்ளே' என்ற டேவிட்டுக்குப் பதில் சொல்லாமல் விழிக்கவும்

'ஏண்டா வயிறு சரியில்லையா அந்தப் பச்சைப் பயிறு பாயாசத்தைக் குடிக்காதேன்னு சொன்னேன்ல' என்றான்

'அதில்லடா ஒரு வார்த்தையை மாத்திப் பாடிட்டேன்' என்றதும் நிதானித்து

'ஓ . . . சரி விடு. ஒரு வார்த்தைதானே. அதனால என்ன இப்போ, பொண்ணும் மாப்ளயும் பாடற மாதிரிதானே காட்டுறாங்க. உன்னைக் காட்டலைல? அப்புறம் என்ன? வா போலாம்'

என்றவனின் சட்டையைப் பிடித்திழுத்து ரகசியத்தை விளக்கமாகச் சொன்னேன்.

ஒரு நாளும் உனை மறவாத இனிதான வரம் வேண்டும்
உறவாலும் உடலுயிராலும் பிரியாத வரம் வேண்டும்

என்று பாடவேண்டிய பாடலை, எப்போதும் பாடுகிற பாட்டுதானே என்கிற அலட்சியத்தில் புத்தகத்தைப் பார்க்காமல் இரண்டாவது வரியை 'உறவாலும்' என்று தொடங்குவதற்குப் பதிலாக 'உயிராலும்' என்று துவங்கியதால்

'உயிராலும் 'உடலுறவாலும்' பிரியாத வரம் வேண்டும்'

என்பதாகப் பாடி வைத்திருக்கிறேன். முழுவதையும் கேட்டுவிட்டு டேவிட் என்னிடம் குறும்பு கொப்பளிக்கக் கேட்டான்.

'நான் அப்ப சொன்னதையேதான் இப்பவும் சொல்றேன் பொண்ணும் மாப்பிள்ளையும்தானே பாடிக்கிட்டாங்க அதுல ஒனக்கு என்ன பிரச்சனை ?'

இசைக் குறிப்புகள்

Light music artists என்றறியப்படுகிற திரைப்பட மெல்லிசைக் கலைஞர்களில் பெரும்பாலானோர் *heavy music* எனப்படுகிற கர்னாடக சங்கீதம், ஹிந்துஸ்தானி முதலான இந்திய செவ்வியல் இசையையோ ***(Indian classical music)*** அல்லது மேற்கத்திய செவ்வியல் இசையையோ ***(Western classical music)*** முறையாக முழுமையாகப் பயின்றவர்களில்லை. ஆனாலும் அவர்கள் ஜனசமுத்திரத் தணலின் தகிப்பில் ஜொலிக்கிறார்கள். மெல்லிசைக்காரர்களை இளையராஜா என்கிற பேராசான் இப்படி ஒளிரும்படிச் செய்துவிடுகிறார். தன் பாடல்களின் வழியாகவே அவர்களுக்கு தீட்சை தந்துவிடுகிறாரவர்.

தொந்தி பாகவதர் பையன் அக்ரஹாரத்திலிருந்து கிளம்பி வந்து ஆறுமணிக்குக் குறிச்சி வளவில் காத்திருக்க இளங்கோ மாஸ்டர் வேப்பங்குச்சியை ஒடித்துப் பல் துலக்கிக்கொண்டே

'தகதத் தா, தகதத் தகதா, தகிட' தகதத் தா, தகதத் தகதா, தகிட' ன்னு ஏ மைனர், ஜி ரெண்டு கார்ட்சையும் மாத்தி மாத்தி வாசிங்க தைரியமா! ஸ்டேஜ்ல ஏன் பயந்து சாகுறீங்க?' என்று 'ராக்கம்மா கையத் தட்டு'க்கு இசைக்குறிப்புகள் சொன்னதைக் கண்ணாரக் கண்டிருக்கிறேன். மெல்லிசைக்காரர்கள்தான் ஞானவான்கள் என்பதில்லை என் வாதம். திரையிசை, இசையார் வலர்களை இன்னும் உற்சாகமாகக் கற்றுக்கொள்ள வைக்கிறது என்கிறேன். திரையிசையை மறுதலிக்கிற

பெந்தகோஸ்தெ குடும்பத்துக் குழந்தையொன்று 'எண்ணிலடங்கா ஸ்தோத்திர'மும் 'விழியில் விழுந்து'ம் ஒரு மரத்துக் கிளைகள்தானே என்று கேட்கிறது. தேவ அக்கினியின் பிரசன்னத்தைக் கண்டு கொண்டதக் குழந்தையெனப் புரிந்து கொண்டேன். ராகதேவனின் சுரக்கிரணங்கள் என்றென்றும் அவளைக் காப்பதாக.

'எந்த வாத்தியத்தை வேணும்னாலும் எடுத்துக்க, மொட்டையோட பாட்டுல ஒரு நாளைக்கு ஒரு ஆவர்த்தனத்தைப் பயிற்சி பண்ணு. ஆறு மாசத்துல உறுதியா நீ கலைஞன்' என்பார் சிறுமுகை தேவண்ணன்.

பெரும்பாலான இசைக் குழுக்களில் கீ போர்ட் மற்றும் கிடார் வாசிப்பவர்களைத் தவிர வேறு யாரும் இசைக்குறிப்புகளை மேடையில் வைத்துக் கொண்டிருக்கவில்லை. பெரிய குழுக்கள் இதில் விதி விலக்கு. அங்கேயும் தாளக் கருவிகள் வாசிப்பவர்கள் பாடல்களை நினைவிலிருத்தியே வாசிக்கிறார்கள். இசைக்குறிப்புகளை எழுதி அதைப் பார்த்து வாசிப்பவர்கள் வெகு சிலரே.

வறட்

டிரம்மர் சதீஷ் அண்ணனின் மெலோடி சாங்ஸ் குழுவில் நான், தாஸ், செல்வக்குமார் எல்லாம் ஒருகூட்டுக்கிளிகளாக, 'ஒரு பாட்டு'ப் பாடகர்களாக இருந்தபோது, ஆமாம் ஒரு 'பழகுன'ருக்கு ஒரு பாட்டுதான் கிடைக்கும். அந்த சீசன் முடியும்வரை அவரவர் பட்டப்பெயரும் அதுவாகவே இருக்கும். 'தூளியிலே' குமார், 'கோமாதா' ஜான், 'ஒத்திப்போ' தாஸ் என்பதாக. இந்த ஒரு பாட்டுப் பாடகர்கள் வாத்தியங்களையெல்லாம் லோட் வேனில் ஏற்றி, மண்டபத்திலோ கோவில் மேடைகளிலோ இறக்கி ஆயத்தம் செய்து வைத்துவிட்டுக் காத்திருந்தால் கச்சேரியின் இரண்டாவது பாதியில் ஒரு பாட்டு பாடுவதற்கு வாய்ப்பும் கச்சேரி முடிந்து வாத்தியங்களை ரூமுக்குத் தூக்கிக் கொண்டுவந்து இறக்கி வைத்துவிட்டுப் 'போயிட்டு வரேன்ணா' என்றால் சதீஷண்ணனின் அன்பளிப்பாக இருபது ரூபாயும் கிடைக்கும். நானும் 'தூளியிலே' குமாரும் டைமிங் வாசிக்கும் பெரியவர் கலைமணியின் டிரங்குப் பெட்டியை 'நீ தூக்கு, நான் தூக்கமாட்டேன்' எனச் சண்டை போட்டுக் கொள்வோம். யம கனம் கனக்கும் அதில் அப்படி என்னதான் இருக்கிறது என்று தெரியவில்லை. ஒருநாள் குமாரும் நானும் கலைமணியின் பெட்டியின் பூட்டை உடைத்துப் பார்த்து விடுவதென்று முடிவு செய்தோம். உடைத்தால் உள்ளே சோடா மூடிகளால் செய்த டேமரின், கேளடி கண்மணிக்கு அவர் டேமரின் வாசித்த

மாதிரி இதுவரையிலும் யாரும் வாசித்துப் பார்க்கவில்லை. ஒற்றைக்கால் பரதச்சலங்கை, தேங்காய் ஓட்டைக் குடைந்து அவரே செய்த கப்பாஸ், போனால் போகட்டும் போடாவுக்காகச் சுவர்க்கோழியை உயிர்ப்பிக்கும் பெரிய திருகாணி, சங்கு, சேகண்டி, பெரிய பற்கள் கொண்ட சீப்பு, ஹோஸ் பைப் துண்டு, குழந்தைகளுக்கு விளையாட்டுக் காட்டும் 'கிடிகிடிகிட்' கிளுகிளுப்பை போன்றவைகளுக்கிடையில் பிரவுன் பேப்பரில் அட்டை போட்ட ஒரு குயர் நோட்டுப் புத்தகம் ஒன்றும் இருந்தது. இதை மேடையில் பார்த்ததே இல்லையே என்று பார்த்தால் லேபிள் எல்லாம் ஒட்டி விபரங்களையும் பூர்த்தி செய்திருந்தார்.

Name: கலைமணி

Class: டைமிங் பிளேயர் *section:* ரிதம்

*sub:*மெலோடி சாங்ஸ் *school:* ஆர்கெஸ்ட்ரா

குமார், நோட்டை என்னிடமிருந்து பிடுங்கிப் பக்கங்களைப் புரட்டினான். ஒவ்வொரு பக்கத்திலும் மேலே தலைப்பிட்டு அண்டர்லைனெல்லாம் போட்டிருக்கிறது. கீழே முட்டைக்கண் ராமச்சந்திரனின் ரயில் கட்டுரை போல

கப்பாஸ்: ஸ்க்... ஸ்க்... ஸ்க்... ஸ்க், ஸ்க்... ஸ்க்... ஸ்க்... ஸ்க்,

உடுக்கை: டும் டும், டுடும் டும் டும், டுடும் டும் டும், டுடும் டும்,

சலங்கை: சல் சல் சல் சா சா சல் சல் சல் சல் சா சா சல்

என்றெல்லாம் இருக்கவும் புன்னகைத்தபடியே புரட்டினோம். 'இளமையெனும் பூங்காற்று' பக்கத்தில்தான் எங்களைத் திடுக்கிடச்செய்த குறிப்பு இருந்தது. அதாவது:

'சீப்பை எடுத்து ஹோஸ் பைப்பில் வறட் வறட் என்று இழுக்க வேண்டும்'

அந்த 'வறட்'டிலிருந்த பெரிய 'ற' என்னைத் தொந்தரவு செய்துகொண்டே இருக்கிறது. ஜென்ஸியம்மா மாதிரி.

அருணாச்சலேஸ்வராய நமஹ

போத்தனூர் சாமுண்டி தியேட்டருக்கு முன்னால் நின்று நண்பர்கள் 'காக்கா' ஜோஸப், குண்டு ஸ்ரீராம் ஆகியோருடன் பேசிக் கொண்டிருந்தபோது காக்கா, 'எனக்கு ரிகர்ஸல் இருக்கு நாம் போறென். 'ஏம்பாட்டு' பாடனும்' என்க அதற்கு ஸ்ரீ,

‘ஒம்பாட்டுக்குப் போகாத, நாங்க என்ன வேலையில்லாமயா கவுண்டம்பாளயத்துலர்ந்து வர்றோம்?’ என்று கிண்டல் செய்ய ,

நான் ‘விடுடா அவன் போகட்டும்’ என்றேன்.

ஸ்ரீ அரை மனதாகச் ‘சரி போ’ என்றான். பதிலுக்கு

‘நீங்க போங்க’ என்கிறான் காக்கா ஜோ.

‘அட நீதானப்பா போகனும்னெ கெளம்பு’ என்றால், இளித்தபடி

‘இங்கதான்டா மேலதான் ஆர்கெஸ்ட்ரா ரூமு’ என்கிறான் காக்கா.

‘அடப்பாவி இங்கேயே வெச்சுட்டுதான் அந்தப் பற பறந்தியாடா காக்கா, நாங்களும் வரோம், நீ பாடினதுக்கப்புறம் எங்கியாவது போவோம்‘ என்றால்,

‘டே நீங்க மொதல்ல எடத்தைக் காலி பண்ணுங்க. வந்தா கிண்டல் பண்ணுவீங்க’ என்கிறான். எவ்வளவு சொல்லியும் கேட்கவில்லை. நானும் ஸ்ரீயும் போவது போல் போக்குக் காட்டிவிட்டு முட்டை போண்டா சாப்பிட்டுச் சுக்குக் காபியைக் குடித்துவிட்டு வந்தால் மேலே ரிகர்ஸல் நடக்கிறது. காக்கானின் ‘ஏம்பாட்டு’ கேட்கிறது. திருடர்களைப் போல ஒளிந்துகொண்டு எட்டிப் பார்த்தோம். அடுத்த பாட்டுக்குத் தயாராகிறார்கள். நாங்கள் நின்று கொண்டிருந்த ஜன்னலருகே தன்ராஜண்ணன் கீ போர்டில் நிற்கிறார். அவரது கீ போர்டின் மேலிருந்த நோட்டில் இசைக்குறிப்புகள் தெரிந்தன. ‘அருணாச்சலம்‘ என்கிற பெரிய தலைப்பின்கீழ் இரண்டு சிறு தலைப்புகள் தெரியவும் ஆர்வமாக அதைப் படிக்க முற்பட்டோம். முதலில் பச்சை நிற மையால் ‘ஓதுதல்!’ என்றெழுதப்பட்டிருந்தது. படத்தில் ரஜினியைக் காட்டும்முன் யானையொன்று பிளிறும். அப்புறம் வேத விற்பன்னர்கள் ‘ஓம் அருணாச்சலேஸ்வராய நமஹ’ என்றெல்லாம் மந்திரம் ஓதுவார்கள். அதைத்தான் ‘ஓதுதல்’ என்று எழுதி வைத்திருக்கிறார். நான் என்னை ஆசுவாசப்படுத்திக் கொண்டேன். மந்திரத்துக்கு அப்புறம் ‘அதான்டா இதான்டா’ என்று எஸ்.பி.பி முழங்குவதற்குமுன் கொம்புகள் முழங்குமல்லவா? அதைச் சிவப்பு மையில் எழுதி வைத்திருந்தார். ‘ஊதுதல்!’

த நொட்டேஷன்ஸ் ஆஃப் த கடசிங்காரி இஸ்...

பழைய ஜனரஞ்சனியில் ட்ரம்மர் மோகனுக்கு ட்ரிபிள் காங்கோ மற்றும் தும்பா வாசிக்கிற பொறுப்பு. பாங்கோஸ், கடசிங்காரி, தவில் போன்றவற்றிற்கு நாகராஜ் (சினிமா புகழ்

மீசை முருகேஷ் தாத்தாவின் பேரன்) ரிதம் கம்போஸருக்கு முத்துக்குமார், தபேலாவுக்கு கொச்சேட்டனும் ஜோசேட்டனும்.

மோகனுக்கு ஒரு விசித்திரப் பழக்கம் இருந்தது. பாட்டுக்குத் தாளம் வாசிக்கையில் பாடிக்கொண்டே வாசிப்பார். இதிலென்ன விசித்திரம் என்று நீங்கள் குழம்பலாம். கண்களால் பார்த்தால் அவர் பாடுவது தெரியாது. அவர் வாயைத் திறந்து பாடினால்தானே கண்டுபிடிப்பீர்கள். உதடுகளை இறுக மூடிக்கொண்டு பல்லையும் கடித்துக்கொண்டு சன்னக் குரலில் எலி கிரீச்சிடுவது போல உச்சஸ்ருதியில் ஹம் செய்து கொண்டே வாசிப்பதைக் காதுகள் கொண்டுதான் கண்டுபிடிக்க வேண்டும். நாகராஜிடம் காதுகள் இருந்தன.

'ஏங்க மோகன் உங்க ஸ்டூல்ல ஆணி ஏதாவது இருக்கா'

'இல்லையே ஏனுங்க நாகராஜ்'

'இல்ல வாசிக்கும்போது வலி பொறுக்காம மொனங்கற மாறி இருந்தது அதாங்கேட்டேன். நீங்க ஒண்ணும் தப்பா எடுத்துக்காதீங்க'

அன்றிலிருந்து பங்காளிகள் ரெண்டு பேரும் பகையாளிகளானார்கள்.

கொஞ்ச நாட்களுக்கப்புறம் மோகனின் நடவடிக்கைகளில் மாற்றம் தெரிந்தது. 'நான் இந்த லோகத்து ஆளே இல்லை தெரியுமா அற்ப ஆர்கெஸ்ட்ராப் பதர்களே' என்கிற தோரணையில் இருந்தது. முறையாக இசை பயில ஆரம்பித்துவிட்டதாகவும் இனிமேற்கொண்டு நொட்டேஷன் பார்த்துதான் வாசிக்கப் போவதாகவும் அப்போதுதான் சைட் ரீடிங் டெவலப் ஆகும் என்று மாஸ்டர் சொன்னதாகவும் ஜோஸேட்டனிடம் சொல்லிக் கொண்டிருந்ததை நாகராஜ் கண்டும் காணாமலிருந்துவிட்டார். ஆனால் நொட்டேஷன் படிப்பதன் பொருட்டு கச்சேரி மேடைகளில் மோகனின் அலப்பறைகளைத் தாங்க முடியவில்லை. தும்பாவுக்கு நேராக நோட்ஸ் ஸ்டாண்டை செட் செய்து அதில் லாங் சைஸ் நோட்டை உட்காரவைத்து அதைப் பார்த்துப் பார்த்து வாசிக்கிறார். மற்றவர்கள் தம்மைப் பார்க்கிறார்களா என்பதையும் பார்த்துப் பார்த்து வாசிக்கிறார். நோட்டை எட்டிப் பார்த்தால் அதில் மீனம்மா, குருவாயூரப்பா, இன்னும் என்னை என்ன செய்யப் போகிறாய் போன்ற தலைப்புகள் மட்டும் நாகராஜுக்குப் புரிகிறது. ஆடியோ பையன்கள் வரை மோகனின் நோட்ஸ் ராமாயணம் தீரவில்லை. 10ஆம் நம்பர் பீடியைப் பற்றவைத்துக் கொண்ட நாகராஜுக்குள் ஐடியா பிறந்துவிட்டது.

அடுத்த கச்சேரியில் 'அடி ஆத்தாடி இள மனசொன்னு றெக்க கட்டி'க்கு விசில் பறக்கிறது. வாழ்த்து மடல்களும் துண்டுச்சீட்டுகளும், பத்து ரூபாய், இருபது ரூபாய் நோட்டுகளும், ராகதேவன் இளையராஜா ரசிகர் மன்றத்திலிருந்து 250 ரூபாய் அன்பளிப்பும், மேடையில் தபேலாக்காரர்களின் பொறுப்பிலிருந்த அட்டைப் பெட்டியில் குவிய, வழக்கம் போலத் தானுண்டு தனது நோட்ஸுண்டு என்று வாசித்துக் கொண்டிருந்த மோகனை மற்ற கலைஞர்களின் சிரிப்புச் சத்தம் தொந்தரவு செய்கிறது. தியானத்திலிருந்து வெளியே வந்து என்ன நடக்கிறது என்று பார்த்தால் எல்லோரும் நாகராஜைப் பார்த்துச் சிரித்துக் கொண்டிருக்கிறார்கள். மோகன் உட்கார்ந்திருக்கும் இடத்திலிருந்து பார்த்தால் நாகராஜ் அவரது காதல் இளங்கிளியை மாரோடணைத்துக் கொஞ்சிக் கொண்டிருப்பதுபோல் கடசிங்காரியை அழுத்தியழுத்தி மீட்டுகிறார். நாகராஜின் கைச்சுகம் தாளாது அனத்துகிற சிங்காரியின் இன்ப முனகல்களைக் கேட்டு ரசிகர் கூட்டம் ஆர்ப்பரிக்கிறது. இத்தனைக்கும் தான் வாசிக்கும் 'ஜின் ஜிண்டா'வுக்கு நாகராஜ் பதிலாகத் தரும் 'ஜின் ஜின் ஜிண்டா'விலிருக்கும் கும்காரத்தை மோகனும் ரசிக்கத்தான் செய்கிறார். நாகராஜ் சரஸ்வதி மகன்தான் அதிலேதும் சந்தேகமில்லை. ஆனால் தாளிக்கு குசும்பு ஜாஸ்தி. இப்போ என்ன பண்ணிட்டுருக்கானோ என்று வாசித்துக் கொண்டே எழுந்து பார்த்தால் கடசிங்காரிக்கு முன்னால் ஒரு சின்ன நோட்ஸ் ஸ்டாண்டை வைத்து அதைப் பார்த்துப் பார்த்து வாசிக்கிறான். கர்னாடிக் நோட்ஸா? தலை மறைக்கிறது. எம்பிப் பார்த்து மனசொடிந்து போனார் மோகன். நோட்ஸ் ஸ்டாண்டில் குமுதத்தின் நடுப்பக்கத்திலிருந்து நாகராஜைப் பார்த்து அப்படி வெட்கப்படுகிறார் சிலுக்கு ஸ்மிதா.

ஆகத நாதம்

ஆசியாவிலே மிகப்பெரிய பிள்ளையார் சிலையைப் புலியகுளத்தில் நிறுவவிருப்பதாகக் கேள்விப்பட்டு சைக்கிளை எடுத்துக்கொண்டு போய்ப் பார்த்தேன். பிரம்மாண்டமாக இருந்தார். ஷிப்ட் முடிந்ததும் பஞ்சாலையில் இருந்து வீட்டுக்குப் போவதற்கு முன்பு அவ்வப்போது போய் வேடிக்கைப் பார்ப்பேன். பெரிய சங்கிலிகளால் பிணைக்கப்பட்டு கிரேன் உதவியோடு இறங்கியமர்ந்த பெரிய பிள்ளையாருக்கு நடந்த விழாவில் எங்களது கச்சேரி பிப்ரவரி 14ஆம் தேதிக்கு என்று முடிவாகியிருந்தது. காதலர் தினம்! பஞ்சாலையில் என்னுடன் வேலை செய்து கொண்டிருந்த பெண்கள் எல்லாம் உடையாம்பாளையம், சவுரிபாளையம், புலியகுளம், ராமநாதபுரம் எனப் பெரிய பிள்ளையாரைச் சுற்றியிருந்த பகுதிகளில்தான் இருந்தார்கள். கச்சேரியில் முதல் பாட்டு 'அப்பனே அப்பனே பிள்ளையாரப்பனே' என்பது முடிவாயிற்று. ஆஹா முதல் பாட்டே என்னுடையதுதான். ரஷீத் பாயும் ரமணியும் முருகனும் ரிதம் சோலோவில் போட்டி போட்டுக்கொண்டு வாசிக்கப் போகிறார்கள். 'படம்' போடலாம். மற்ற இசைக்குழுக்களில் இருந்து வந்து வேடிக்கை பார்ப்பார்கள். இன்றைக்குப் பிள்ளையார் கோவிலில் பிளிறிவிட வேண்டும்! பயங்கரக் குதூகலத்தில் லீவு போட்டுத் தூங்கி எழுந்து குளித்து இஸ்திரிச் சூடு ஆறாத உடையணிந்து கக்கத்துப் பவுடர் வியர்க்க கிதார் டோனியைக் கூட்டிக்கொண்டு பஸ் ஏறிவிடலாம் என்று ஜி டி டேங்க் பஸ் ஸ்டாப்பிற்குப் போனால் வழியெங்கும் ஜோடி ஜோடியாகக் காதலர்கள் எதிரே கடந்து போகிறார்கள். ஓ காதல் வாழ்க ... 'டவுனுக்குள்ள பஸ் எதுவும் போகல லவர்ஸ் டே ன்ட்டு ஆழியார் டேமுக்குப் போன புள்ளங்கள்ளாம் பஸ் ஓடாததுனால நடந்தே போகுதுக' என்று யாரோ சொன்னார்கள். என்னது ... பஸ் ஓடவில்லையா? ஈச்சனாரி எல்லையிலே திருப்பி விட்டுவிட்டார்களாம். பஸ் ஸ்டாப்பிலிருந்த பூவரசமரத்தடியில் நின்று கொண்டிருந்த டோனி பதற்றமாயிருந்தான். விசாரித்தால் 'டவுன்ல ரெண்டு மூணு எடத்துல குண்டு வெடிச்சிருச்சாம்'

என்றான். மதக் கலவரத்தால் பெரிய பிள்ளையாருக்கு அப்பனே அப்பனே பாட முடியாமல் போன வருத்தம் இன்னமும் இருக்கிற நெஞ்சுக்குள் யாருமறியாத வேறொரு பிள்ளையார் கதை ஒன்றும் கிடக்கிறது.

பழங்காலமொன்றில் ஏழாம் வகுப்புப் படித்துக் கொண்டிருக்கிற சிறுவன் ஸ்டீபனுக்குப் புலியகுளத்தில் பிறக்க வைத்ததற்காகக் கடவுளுக்கு நன்றி சொல்ல வேண்டுமென்று தோன்றுகிறது.

'டொக்... அதிர்ஷ்டம் பாருங்க. யாருக்கு எந்த ரூபத்துல எந்த நேரத்துல எந்த வடிவத்துல வரும்னு சொல்ல முடியாது... டொக்... இது ஒருவருக்கு மட்டும் கிடைக்கிற ஒரு தலை ராகமல்ல. அனைவருக்கும் கிடைக்கக்கூடிய அபூர்வராகம், ஆனந்தராகம்... டொக்...

'டொக்... பூட்டான்... பூட்டான் உங்களைக் கைவிட மாட்டான்... ராயல் பூட்டான்... டொக்... இமய மலை அடிவாரத்திலே பூத்துக் குலுங்கும் சின்னஞ்சிறு மாநிலம்... சிங்கார மாநிலம்... சிக்கிம் மாநிலம்... பெரியோர்களே சிக்கிம் சிக்கிம் என்று கேட்டு வாங்குங்கள் நண்பர்களே... சிக்கிம்... டொக்'

ஒவ்வொரு வாக்கியம் முடிந்த பின்னும் ஆட்டோவில் அந்த அறிவிப்பாளர் நாக்கை மேலண்ணத்தில் சப்புக் கொட்டுவது போலத் தட்டி 'டொக்' ஒலிக்கச் செய்கிறார். அதைக் கேட்கும் போதெல்லாம் பரவசமாயிருக்கிறது ஸ்டீபனுக்கு.

'டொக்'... இமய மலை அடிவாரத்திலே பூத்துக் குலுங்கும் சின்னஞ்சிறு மாநிலம்... சிங்கார மாநிலம்... சிக்கிம் மாநிலம்... பெரியோர்களே சிக்கிம் சிக்கிம் என்று கேட்டு வாங்குங்கள்... சிக்கிம்... டொக்

வடிவாய்ப் பூத்துக் குலுங்குகின்ற புலியகுளத்துச் சோலைக்குள் சொக்கி நிற்கிற சிறுவனை ஒரு மலைப்பாம்பெனத் தழுவுகிறது கலை. இடது பக்கம் அந்தோணியார் கோயில் பூசையில் இருந்து பாட்டுச்சத்தம். வலது பக்கம் மாரியம்மன் கோவில் பஜனை சங்கத்திலிருந்து பாட்டுச்சத்தம். ஸ்டீபன் பயிலும் அந்தோணியார் ஸ்கூலுக்கு உள்ளேயோ எலிமெண்ட்ரி ஸ்கூல் வாத்தியார், தானே மெட்டமைத்துப் பாடங்களைச் சொல்லித் தருகிறார்.

மினுக்கு மினுக்கு பூச்சி போல்
மேலே மின்னும் நட்சத்திரம்
எனக்கு மிகவும் பிடிக்குமே
எட்டி எட்டிப் பார்க்கிறேன்...

மூன்றாம் வகுப்பைக் கடக்கும் போதெல்லாம் பாம்பு உடலை இறுக்க சுகமாயிருக்கிறது.

ஜான் சுந்தர்

ஸ்கூலுக்குப் பக்கத்துத் தெருவிலிருந்த 'போலீஸ் பாய்ஸ் கிளப்பு'க் குள்ளிருந்து 'டக்குச்சிக்கு டகஜூம் டக்குச்சிக்கு டகஜூம்' என்கிற தாள நடை ஸ்டீபனின் காலைப் பிடித்து இழுக்க கிளப்பை நோக்கி நடந்தான். உள்ளே ஒரு அண்ணன் ஸ்டூலில் உட்கார்ந்துகொண்டு கால் மூட்டுகளுக்கிடையே பிடித்துக்கொண்ட பேங்கோஸை வாசிக்கிறார். அய்யோ ஸ்டீபனுக்குப் பரவசம் தாள முடியவில்லை. அந்துவான் என்கிற அந்த அண்ணன் அதிசயமாக

'உள்ள வா தம்பி' என்றழைக்கவும்

'டொக் ... அதிர்ஷ்டம் பாருங்க. யாருக்கு எந்த ரூபத்துல எந்த நேரத்துல எந்த வடிவத்துல வரும்னு சொல்ல முடியாது ... டொக்.'

ஸ்டீபன் தனது கலை வாழ்வில் அடியெடுத்து வைக்கிறான்.

அப்போது பிரபலமாயிருந்த 'உள்ளம் ரெண்டும்' பாடலின் பேங்கோஸ் தாளத்தைச் சொல்லிக் கொடுத்தார் அந்துவான் அண்ணன். தீண்டியேவிட்டது பாம்பு. ஸ்டீபனுக்குள் இருந்த திறமையை மாடர்ன் ஆர்கெஸ்ட்ரா சசி, பாடகி பாத்திமா அக்கா, கீ போர்டு பாலாஜியண்ணன், அவருடைய மாணவர் செல்வமணியண்ணன் போன்ற சீனியர்களும் டிரம்மர் டேரல், "மொட்டைக் கோளாறு" சுப்பிரமணி போன்ற நண்பர்களும் உற்சாகப்படுத்த தோல்வாத்தியக் கருவிகளுடன் சொந்தம் கொண்டாடத் துவங்கிய ஸ்டீபனை, புலியகுளம் புனித அந்தோணியார் தத்தெடுத்துக் கொண்டார். கோவில் காரியமாக எது நடந்தாலும் ஸ்டீபனுக்கும் அவன் வாத்தியத்துக்கும் ஒரு இடமிருந்தது. மரியாயின் சேனை, ஃபிரான்ஸிஸ்கன் சபை, வேளாங்கண்ணி டூர், எல்லாத்திலும் ஸ்டீபனும் சாலமன், அலெக்ஸ், சேவியர் உள்ளிட்ட நண்பர்களும் இருந்தார்கள். கோவில் மட்டுமல்ல, எங்கே அழைத்தாலும் கிளம்பிவிடுவான். 'வ.உ.சி மைதானத்தில் தாமு அண்ணன் டிரம்ஸ் வாசிக்கிறாரா எடு சைக்கிளை, 'டக்குச்சிக்கு டகஜூம் டக்குச்சிக்கு டகஜூம்' கலையரங்கத்தில் சாய்பாபா பாடுகிறாரா எடு சைக்கிளை, 'டக்குச்சிக்கு டகஜூம் டக்குச்சிக்கு டகஜூம் நானே வாசிக்கணுமா அட எட்றா சைக்கிளை', 'டக்குச்சிக்கு டகஜூம் டக்குச்சிக்கு டகஜூம்' கட்சி மீட்டிங், பீடி விளம்பரம் 'டக்குச்சிக்கு டகஜூம் டக்குச்சிக்கு டகஜூம்', மேடை நாடகங்கள், பக்திப் பாடல்கள், 'டக்குச்சிக்கு டகஜூம் டக்குச்சிக்கு டகஜூம் பஜனை', கிறிஸ்துமஸ் கேரல்ஸ் 'டக்குச்சிக்கு டகஜூம் டக்குச்சிக்கு டகஜூம் ...' என சுழன்று கொண்டேயிருந்தது ஸ்டீபனின் சக்கரம். கலைஞர்களில் சின்னவன் பெரியவன் என்றெல்லாம் ஒன்றுமில்லை. கலைஞர்கள்

அவ்வளவே. யார் அழைத்தாலும் கிளம்பிவிடுவான் ஸ்டீபன். பாட்டு, பாட்டு, பாட்டுப் பைத்தியம் ஸ்டீபன். அச்சன் கடைக்கு ஜவ்வு மிட்டாய் வாங்கப் போனாலும்கூட

ஜிஞ்ஜினுக்கான் சின்னப்பையன்
சிரிக்கும் குட்டிப்பையன்
ஓடி வந்தான் அச்சன் கிட்ட ஜவ்வு வாங்க
வாங்க வந்த வேளையிலே
நாயிக் குட்டியப் பாத்துவிட்டு
பயந்து விட்டு ஓடிவிட்டான் வீட்டுக்குள்ள
ஜவ்வக் கடிக்கிறான் கடிக்கிறான் கடிக்க முடியல
சூப்புறான் சூப்புறான் கரைக்க முடியல

என்றெல்லாம் வாய்க்கு வந்தபடி சொற்களைப் போட்டு பாடிக்கொள்ளும் பித்தனுக்குள் நெளிகிறது பாம்பு.

ஸ்டீபனும் டேரலும் பேசிக்கொண்டிருந்தபோது ஸ்டீபன் யோசனையாகவே இருந்ததைக் கண்டு கொண்ட டேரல்

'ஏன் ஸ்டீபா சங்கடஸ்தனாயிட்ட' என்று கேட்க ஸ்டீபன்.

'ஒண்ணுமில்ல டேரலு, கோயில்ல ட்ரிபுள் காங்கோ மிடில் ஸ்கின்னுல டோனே கிடைக்க மாட்டேங்குது'. என்றதும்

'பூ இவ்வளதான? வா, போயி ட்யூன் பண்ணிப் பாக்கலாம்' என்றான் டேரல். ஸ்டீபனும் டேரலும் நீரும் நெருப்பும் மாதிரி. ஸ்டீபன் எங்க வீட்டுப் பிள்ளை சாந்த சொரூபி எம் ஜி ஆரென்றால் டேரலோ 'நாளை நமதே' ரவுடி எம் ஜி ஆர். ரெண்டு பெரும் சேர்ந்து நிற்பதைப் பார்த்து டேரலிடம் யாராவது

'நல்ல வய்யனக் கெடுத்தராத ரோய்'

என்றால் மாட்டை விரட்டுவது மாதிரி நாக்கை கடவாய்ப் பல்லோரம் வைத்து 'த்த்க்க்ர்ர்ஸ்' என்பான். அலட்சியத்தின் உச்சக் குறியீடு அது. பொடிக் கற்களை டவுசரில் சேகரித்து வைத்துக்கொண்டு வாத்தியார் தலையில் வீசி மாட்டிக் கொண்டதால் 'கல்பொறுக்கி' பட்டம் பெற்று வெளியே வந்தவன். இவனைக் கூட்டிக்கொண்டு கோவிலுக்குள் போனால் ஃபாதர் சந்தேகமாகப் பார்க்கிறார். ஸ்டீபனுக்கு மட்டும் கனிந்த முகத்தைக் காட்டிவிட்டுத் திரும்பிக்கொண்டார். ஸ்டீபன், காங்கோவைப் போர்த்தியிருந்த துணியை விலக்க ஒரு பாவாடைக்குள் மூன்று தொடைகள் இருப்பது போல் விசித்திரமாகத் தெரிந்தது டேரலுக்கு. வாசித்துப் பார்த்தான். சரிதான். நாதமில்லைதான். நடுக்கூடிலிருந்து தரங்கு மாதிரியான 'மீட்டை' வரவழைத்துவிட்டால் நாதப்ரியனை, நாயகன்

சுதனை தேவாலயத்துக்குள்ளிருந்து வெளியே போகவிடாமல் ஆணியடித்துச் சிறைவைத்துவிடலாம். மேல் வளையத்தைத் தளர்த்திவிட்டுத் தோலை வாகாக இழுத்து வைத்துத் திருப்புளியால் முறுக்கிப் பார்த்தும் திருப்தியாகவில்லை. திரும்ப மூடி வைத்துவிட்டு வெளியே வந்தார்கள். ஸ்டீபன் முகம் வதங்கிப் போயிருந்ததை டேரலால் சகித்துக்கொள்ள முடியவில்லை.

'ஸ்டீபா கவலைப்படாதே வழியிருக்கு' என்றான் கண்ணடித்தபடி. ஸ்டீபனுக்குப் புரியவில்லை 'எப்புடி டேரல் தோலை மாத்திருவமா'

என்று ஸ்டீபன் கேட்க சிரித்துக்கொண்ட டேரல்

'டீ சாப்புடலாமா? வா சேட்டன் கடைக்குப் போலாம்' என்றான்.

தேநீரின் மிடறுக்கிடையில் டேரல் மாரியம்மன் கோவில் அரச மரத்தடியைக் காட்டி

'இந்தப் புள்ளையாரு மனசு வெச்சா அந்தோணியாருட்ட காங்கோ பேசிரும்' என்றது ஸ்டீபனுக்குப் புரியவில்லை.

'இவன் திருப்பலிகளுக்கு ஒழுங்காக வருவதில்லைதான். ஆனால் மதம் மாறிவிட்டானா என்ன?' குழப்பமாக இருந்தது. தம்ளர் காலியானதும்,

'கேரல்ஸ் முடிச்சுப் போகும்போது யாருக்கும் தெரியாம புள்ளையாருட்ட வந்துரு'

என்று சொல்லிவிட்டுப் போனான் டேரல்.

கேரல்ஸ் முடிந்து ஸ்டீபன் அரசமரத்தடிக்கு வந்தபோது இரவு மணி ஒன்றரை. ஆனாலும் ஆள் நடமாட்டம் இருந்தது. பிள்ளையார்கூடப் படித்தவனாட்டம் டேரல் அவர் தோளில் கை போட்டு உட்கார்ந்திருந்தான். ஸ்டீபன் டேரலிடம்

'என்ன டேரலு உன்னோட ஐடியா?' என்றதும்

'அப்படியே உட்காந்து பேச்சுகுடு ஸ்டீபா' என்றபோதுதான் கவனித்தான். பிள்ளையார் தோளிலிருந்த கையில் எதையோ வைத்துச் சுரண்டிக் கொண்டிருக்கிறான். திறந்த வெளிப் பிள்ளையார் நகைகளையா அணிந்திருக்கிறார்? இல்லையே என்னத்தைச் சுரண்டுகிறான்? பயந்த அளவு இது அவ்வளவு பெரிய குற்றமில்லை என்ற ஆசுவாசமும் நள்ளிரவில்

திருட்டுத்தனம் போலச் செய்வதால் உண்டாகிற திகிலின் சுகமும் காங்கோ சம்பந்தமாக டேரல் ஏதோ ஒரு ரகஸியத்தை நமக்குப் போதிக்கப் போகிறான் என்பதெல்லாம் சேர்ந்து ஸ்டீபனுக்குள் 'சந்தோஷம் போங்குதே' காங்கோ பீட் ஓடிக் கொண்டிருந்தது. டேரல் வாயைத் திறந்து 'போலாம் ஸ்டீபா' என்றபோது அவன் கையில் ஒரு காகிதப் பொட்டலமிருந்தது. ஸ்டீபனுக்குத் தாங்க முடியவில்லை

'டேரலு என்னதிது? என்று கேட்டான். பதில் சொல்லாமல் டேரல்,

'ஸ்டீபா கோயிலுக்குள்ள இப்போ போலாமா பூட்டிட்டாங்களா?' எனக் கேட்கவும்

'இல்ல யாராச்சும் ஜோடிச்சுட்டு இருப்பாங்க' என்றான்.

கிறிஸ்துமஸ்க்குத் தயாராகிக் கொண்டிருந்த அந்தோணியார் ஆலயக் கதவு பாதி திறந்திருந்தது. உள்ளே போனால் பீடத்தில் ஒருவரும் நடுக்கூடத்தில் இன்னொருவருமாக அலங்கரித்துக் கொண்டிருந்தார்கள்.

'டேய் பசங்களா போகலையா இன்னும்' என்ற குரலுக்கு ஸ்டீபன்,

'ட்யூனிங் கலைஞ்சிருக்குனா கொஞ்சம் சரி பண்ணிட்டம்னா காலைல தொங்க வேண்டியதில்லை' என்று பதில் கொடுத்தான்.

டேரல், துணியை மடித்து வைத்துவிட்டு ட்ரிபிளைக் கவிழ்த்தான். பின்பு பொட்டலத்தைப் பிரித்து அதற்குள்ளிருந்து ரகசியத்தை எடுத்துக்கொண்டு நடுக்கூட்டுக்குள் கையை நுழைத்தான். முழுக்கையையும் உள்வாங்கிக் கொள்கிற ஆழம் அதற்கு. வெளியே எடுத்துத் திரும்பவும் பொட்டலத்தைப் பிரித்துத் திரும்பவும் உள்ளே வைத்தான். பொட்டலம் காலியானதும். ட்ரிபிளைத் திருப்பி நேராக உட்காரவைத்துத் தட்டிப் பார்த்தான் 'லைலா மெ லைலா' தாளத்தை வாசித்தான். கேட்கையில் ஜிலேபியைக் கடித்து உறிஞ்சுவது போலிருந்தது ஸ்டீபனுக்கு. தேவாலயச் சுவர்கள் அதை வாங்கித் திருப்பித் தரும்போது இன்னும் கொஞ்சம் இனிப்பு. கோவில் முழுக்க லயவொலி நிரம்பி வழிய முடிப்புவைத்து நிறுத்தினான். கோவில் வாசல் கதவுக்கு முன் நின்றிருந்த கோவில் பிள்ளை படபடவென கைகளைத் தட்டினார். இவர்கள் வெளியே வரும்போது 'குலுக்குலு' என்றார்.

உமையவள் பார்வதிதேவி தனது உடல் அழுக்கைத் திரட்டிச் செய்ததாகச் சொல்லப்படும் விநாயகரின் சிலையுடல்

எண்ணெய்ப் பிசுக்கை, திரட்டிச் செய்த குட்டிப் பிள்ளையார், தபேலாவின் வட்டக்கருஞ்சாதம் போல் வீணைக் கம்பி மீட்டைப் போல் தேவாலயத்தின் ட்ரிபிளுக்கு நடுவில் அமர்ந்து மார்கழிப் பனியிறங்கும் கிறிஸ்துமஸ் இரவில் வற்றாத நாத வெள்ளத்தை வழங்கிக் கொண்டிருக்க, பெருவெளியெங்கும் வழிந்த ஜதிஸ்வரங்களைச் சேட்டன் கடை தேனீரைப் பருகியபடி கேட்டுக் கொண்டிருந்தார்கள் அந்தோணியாரும் அரசமரத்தடிப் பிள்ளையாரும்.

இங்கிலீஷ் பட்டாம்பூச்சி

நந்தனார் உடுமலை பஸ் ஸ்டாண்டில் இறங்கியபோது ராத்திரி இரண்டு மணி. இந்நேரத்துக்கு ஊருக்குப் பஸ்ஸில்லை. ஆறு மணிக்குதான். இந்த பாஸ்கரன் கச்சேரிக்குப் போனால் இப்படித்தான். ஆண்டவனே இப்போது எங்கே தங்குவது? 'உதயராகம்' ரூமில் பையன்கள் யாராவது இருப்பார்களா? இருந்தால் படுத்துக் கொள்ளலாம். இல்லாவிட்டாலும் படுத்துக் கொள்ளலாம். வேறுவழி? மொட்டை மாடிதானே, கொசுவும் குளிரும் சீக்கிரமாக விடிய வைத்துவிடும். நந்தனார் நல்ல மனிதர், அப்பாவி. அவருண்டு அவர் வாத்தியமுண்டு என்று இருப்பார். வயதில் இளையவரையும்கூட வாங்க போங்க என்றுதான் கூப்பிடுவார். பெண்கள் யாவரும் அவருக்கு சிஸ்டர்ஸ், ஆண்கள் எல்லோரும் அவருக்கு பிரதர்ஸ். அப்படித்தான் சொல்வார். அதிர்ந்து பேசமாட்டார். நல்லதனமாகப் பேசும்போதும் கோபத்தில் திட்டும்போதும் ஒரே தொனியில் பேசுவது ஆச்சரியத்திலும் ஆச்சரியம்.

சார் அந்தப் புதுப்பொண்ணு எப்படி பாடுச்சுங்க? என்றால்

சாந்தமாக 'அய்யோ சிகரம்ங்க' என்பார்.

சார் இன்னைக்கு ஃபீமேல் யாரு தெரியுமா? லட்சுமி! என்றால்

சுரம் மாறாது 'அய்யோ சுதியே நிக்காதுங்க' என்பார்.

ஜான் சுந்தர்

‘சிகரம்ங்க’, ‘சுதி நிக்காதுங்க’ இரண்டும் ஒரேமாதிரி தொனிக்கும் . . . அதுதான் நந்தனாரின் பாணி.

நந்தனார் துணிக்கடைக்கும் பெட்டிக்கடைக்கும் இடையிலிருந்த இருட்டுக்குள் நுழைந்தார். நுழைந்தவுடன் இருட்டில் பிரார்த்திப்பதுபோல இரண்டொரு நிமிடம் நின்றார். அவர் எதிர்பார்த்தது போலவே மூன்றாவது படியில் படுத்துக்கொண்டு இவரையே பார்த்துக்கொண்டிருந்தது அது. ‘சூ’ என்றார். அது ‘ப்ப்ர்ர்’ என்று குரைப்பது போல ஒரு சப்தம் கொடுத்துவிட்டு, வாலை ஆட்டுவது போல பாவ்லா காட்டிவிட்டு ஒதுக்கி வைத்துக் கொண்டது. இப்போது படியில் கால் வைக்கலாம். நந்தனார் மேலே போனார். உள்ளுக்குள் லேசான உதறல் இருந்தது. ஆறாவது படிக்குப் போனப்புறம்தான் உயிரே வந்தது. ஏழாவது படியில் கால் வைக்கும்போது ‘ஹாங்’ என்றொரு குரல் கேட்டது போலிருந்தது. பெண்குரலா? நந்தனார் இருட்டில் புன்னகைத்துக் கொண்டார். இதயக்கனியில் ‘இதழே இதழே தேன் வேண்டு’மில் இப்படித்தான் ஒரு குரல் ‘ஹாஹாங் மெல்ல மெல்லத் தொடுங்கள்’ என்று சப்தமிடுமே. நந்தனாருக்கு ஆட்டோ வைத்து வீட்டுக்குப் போய்விடலாமா என்று தோன்றியது. கட்டுப்படுத்திக் கொண்டார். வேண்டாம் பையன் இருப்பான். திரும்பவும் ஏழு மணி வண்டியைப் பிடித்து ட்யூட்டிக்கு வரவேண்டும். எல்லாம் கெட்டுவிடும். உதயராகம் அடைத்திருந்தது. புதிதாக இசைக்குழு துவங்கியிருக்கிற இளையவர்கள். இவர்மேல் நல்லபிமானம் வைத்திருக்கிற பையன்கள். முந்தா நாள் குடிமகனேவுக்கு வாசித்தபோது இவர்களில் ஒருவன் கும்பிடவே செய்தானே? நல்லபையன்கள். இருந்திருந்தால் உள்ளங்கையில் தாங்குவார்கள். இல்லையே என்ன செய்ய? வாசலில் அல்லது மாடியில் படுத்துக் கொள்ளலாம். பையைக் கீழே வைத்துவிட்டுச் சட்டையைக் கழற்றி மடித்துப் பைக்குள் வைத்தார். பாண்ட்டைக் கழற்றி வைத்துவிட்டு வேட்டியை உதறியபோது ‘உஷ்’ என்றொரு சீறல் கேட்கவும் நந்தனாருக்கு உடல் உதறியது. நாகமாகத்தான் இருக்கும். நந்தனார் உஷாரானார். செருப்பைப் போட்டுக் கொண்டார். சத்தம் வராதபடி சேற்றிலிருந்து பிடுங்கித் திரும்ப நடுவது போல காலைப் பிடுங்கிப் பிடுங்கி நட்டார். மொட்டை மாடியின் இடதுபுறமிருந்த அறையைத் தாண்டி அந்தப் பக்கம் வந்ததும் அங்கிருந்த பெஞ்சில் அமர யத்தனித்து சுதாரித்துக் கொண்டவர், பயத்தில் துண்டை எடுத்து பெஞ்சின் முதுகில் சொடீர் சொடீரென விளாசினார். எதுவோ காலில் பட்டு ‘களங்’ என்றது. ‘சை’ என்னது? வீட்டுக்கே போயிருக்கலாம்.

க்ளங்கா? ஜலீரா? ஐயோ! படியேறும்போது சிரிப்புச் சத்தம் கேட்டதே அது மோகினிப்பிசாசுடையதா? கடவுளே... அது என்ன வாசம்? மல்லிகைப் பூ வாசனையா? பக்கத்துக் காம்பவுண்டில் இருந்து பாரிஜாதம் மணக்கிறதா? நந்தனார் எட்டிப் பார்த்தார். குபுக்கெனத் தொண்டையை அடைத்துக் கொண்டது. கீழே தொட்டிச் செடிகளின்மேல் இரண்டு மூன்று வெள்ளை கவுன் பெண்ணுருவங்கள் அசைவாடுகிறன. நந்தனார் தலையை இழுத்துக் கொண்டார். திரும்பவும் எட்டிப் பார்த்தார் நிஷாகந்திப்பூக்களா? வேண்டாம். ஏதோ சரியில்லை. வீட்டுக்குப் போய்விடுவது உசிதம். திரும்பி உதய ராகம் வாசலுக்கு வந்தவர். பையை எடுத்துக்கொண்டு கிளம்பத் தயாரானார். படிக்கட்டை எப்படிக் கடப்பது? சிரிப்புச் சத்தம் அங்கிருந்துதானே வந்தது?. நந்தனாருக்குக் கிலி பிடித்துக்கொண்டது. ஒன்று வாசலிலேயே விடியும்வரை உட்கார வேண்டும் அல்லது இறங்கி ஓடிவிட வேண்டும். நந்தானார் நடுங்கத் துவங்கியிருந்தார். கடக்கெனக் கழுத்துக்குப் பின்னாலிருந்து சப்தம் கேட்டது மாதிரியிருக்கவும் நந்தனாருக்கு மூத்திரம் முட்டிக்கொண்டு வருவதைப் போலிருந்தது. திரும்பாமல் தலையை லேசாகப் பின்பக்கமாக அழுத்திப் பார்த்தார். ஊசி நுனியைப் போல உணரமுடிந்த அது நந்தனாரின் பின்கழுத்தில் சரியாக நடுப்பிடறியில் உறைந்த குளிரைச் சிலீரெனப் பாய்ச்சியது. அவ்வளவுதான். ஜன்னி வந்து விலுக்கென இழுக்கப் போகிறது. தலைக்கு மேலிருந்து

'என்ன சார் கச்சேரி முடிச்சுட்டு வர்றிங்களா?'

என்று கேட்ட குரல் எங்கிருந்து வருகிறது? திரும்பியவர் துணுக்குற்றார். பூட்டியிருந்த கதவு திறந்திருக்கிறது. பளீரென்ற வெள்ளை வேட்டி சட்டையில் இவரைக் கும்பிட்டவன் நின்று கொண்டிருக்கிறான். நந்தனாருக்கு அலற வேண்டும் போலிருந்தது. தொண்டைக்குள் ஏதோ அடைத்துக்கொண்டது.

'ரெண்டு கதவையும் தெறடா'

இன்னொரு குரல் கேட்கவும் நந்தனாருக்கு உயிர் திரும்பியது. பையை வாரிக்கொண்டு உள்ளே போனார். அறையே தகிப்பாய் இருந்தது. நந்தனாருக்கு அந்தச் சூடு தேவையாக இருந்தது. நிம்மதிப் பெருமூச்சு விட்டார். மெல்ல அறையைப் பார்வையிட்டார். நிறையப் பேர் இருப்பார்கள் போலிருக்கிறது. எல்லோருமே நின்று கொண்டிருந்தார்கள். நந்தனாருக்குக் குழப்பமாய் இருந்தது.

'என்ன சார் நீங்க யாரும் தூங்கலியா?'

என்றார் ஆச்சரியமாக. பதிலே இல்லை. எவனோ கிக்கிக்கி என்றான். இரண்டொரு கிசுகிசுப்புக்கு அப்புறம் ஒரு ஏ.எம். ராஜா தைரியமாகப் பேசினார்.

'சார் அது ஒண்ணுமில்ல. வயசுப் பசங்க எல்லாரும் பன்ரதுதான். அதான் இன்னிக்கு அசம்பிலாயிட்டோம் சார்' என்றான்.

கொஞ்ச நேரத்துக்குமுன் இருந்த நிலைமைக்கு இது பரவாயில்லை. மூலையிலிருந்து திரும்ப ஒரு கிக்கிக்கி. நந்தனார் புரிந்துகொண்டு 'ஓ' கட்டைவிரலைக் காட்டி

'அதானே? ம்ம் . . . ஜமாய்ங்க' என்றவர்,

'ஏங்க முத்து சார், எல்லாரும் அதைக் குடிக்கிறதுக்கு இவ்ளோ ஆசைப்படறீங்களே நான் தெரியாமத்தான் கேக்குறேன். அதென்ன இனிக்கும்ங்களா?' என்றார் அப்பாவியாக.

முத்து அவரைப் பெருங்கருணையோடு பார்த்தான். மீண்டும் கிக்கிக்கி.

'அதில்ல சார்' என்றதும் அவருக்குத் தூக்கிவாரிப் போட்டது. அதில்லைன்னா அப்ப பொண்ணா? அய்யய்யோ ? அதுதான் சிரிப்புச் சத்தம் கேட்டதா?

'தம்பிகளா என்னப்பா? ஏம்ப்பா இப்படி?'

பேசியவாறே கண்களை அலைபாயவிட்டார். எங்கே யாரையும் காணோமே?

'இல்ல சார் ... துபாய் ஃப்ரெண்டு ஒருத்தன் கொண்டுவந்து கொடுத்தான். டெக்கும் இருந்தது. ஒரே ஒரு கேஸட்தான் சார். முத்து வேண்டாம்னுதான் சொன்னான். நாங்கதான் கம்பெல் பண்ணோம். சாரி சார்.'

நந்தனாருக்குச் சப்பென்றான மாதிரியும் இருந்தது சுவாரஸியமாகவும் இருந்தது. கேஸட்டா? ஏதோ அம்மணப்படம் என்று ஆபீஸில் பேசிக் கொள்வார்களே அதுதானா? கருமம். என்னதான் காட்டுகிறார்கள் என்று பார்ப்போமா? சை வேண்டாம். நந்தனார் செருமிக் கொண்டார்.

'நான் காலைல டியூட்டிக்குப் போகணும் சார், இந்த பெஞ்சுல நான் படுத்துக்கிறேன். நீங்க ஜாலி பண்ணுங்க. நோ ப்ராப்ளம் சார்'

என்றார். சொன்னபடி சுவர் பக்கமாகத் திரும்பிப் படுத்துக் கொள்ளவும் செய்தார். பையன்களுக்கு உற்சாகம் தொற்றிக்

கொண்டது. தம்மடிக்கப் போனவனெல்லாம் திரும்ப வந்ததும், விட்ட இடத்திலிருந்து தொடர்ந்தார்கள். நல்ல பிரிண்ட், வடிவான பெண்கள். ஒரு ரசனைக்காரனது மேற்பார்வையில் படமாக்கப்பட்டிருக்கவேண்டும். பையன்கள் சொக்கிப்போய்ப் பார்த்துக் கொண்டிருந்தார்கள். ஏகப்பட்ட ஏக்கப் பெருமூச்சுகள். முத்து சடவு முறித்துத் திரும்ப, சுவர்பக்கமாகப் படுத்திருந்த நந்தனார் திரும்பி டீவியைப் பார்த்துக் கொண்டிருந்ததைப் பார்க்கவும் அவர் அவனைப் பார்க்கவும் சரியாக இருந்தது. நிலைமையைச் சகஜமாக்க நந்தனார் முந்திக் கொண்டார்.

'என்ன சார்? சிஸ்டர்ஸ் பிரதர்ஸெல்லாம் இப்படிப் பண்ணிக்கிறாங்க?'

பதாகை

கோவையில் ராகமாலிகா, கலாசாகர், மாடர்ன், மல்லிசேரி, வாய்ஸ் ஆப் கோயம்புத்தூர், ஜனரஞ்சனி, சேரன், ரிதம்ஸ், எலைட்ஸ், டிலைட் போன்ற இசைக்குழுக்கள் பிரசித்தி பெற்றவையாக இருந்தன. தொண்ணூறுகளின் துவக்கத்தில் இசைஞானி இளையராஜா லண்டன் பில்ஹார்மனிக் ஆர்கெஸ்ட்ராவுக்குச் சிம்ஃபனி எழுதி 'மேஸ்ட்ரோ' இளையராஜாவானதும் 'கோயம்புத்தூர் சரஸ்வதி இசைக்குழு' தனது பெயரை 'மேஸ்ட்ரோ ஆர்கெஸ்ட்ரா' என்று மாற்றிக் கொண்டது. அதற்கு முன்பே சீனியண்ணன் அவரது 'ரோலிங் ஸ்டோன்ஸ்' இசைக்குழுவின் பெயரை 'சிம்ஃபனி' என மாற்றி வைத்தாலும் வைத்தார், கோவில் கச்சேரி அறிவிப்பு போஸ்டர்களில் 'சிம்பனி', 'சிம்பணி', 'ஸிம்ஃபோனி', 'சிம்போனி' 'ஜிம்பனி' என அந்தப் பெயரைப் பந்தாடினார்கள். ஒரு நிகழ்ச்சிக்காகச் செட்டிபாளையம் தாண்டி வடசித்தூரில் போய் இறங்கினால் லவுட் ஸ்பீக்கரில்

'பெரியோர்களே தாய்மார்களே நீங்கள் ஆவலுடன் எதிர்பார்த்துக் கொண்டிருந்த 'ஜிம்ஃபோ' குழுவினர்கள் வந்துவிட்டார்கள்' என்று அறிவித்துக் கொண்டிருந்தார்கள்.

உடனே 'நவரசம்' ராமச்சந்திரன் கமெண்ட் அடித்தார்.

'சர்க்கஸ்காரங்கன்னு நெனச்சுட்டாங்க போலருக்கு'

சீனி 'கவுன்ட்டர்' மணியானார்

'இன்னிக்கு ப்ரோக்ராம்ல ஃபர்ஸ்ட் சாங் 'ஜம்போ ஜிவ ஜம்போ'

நீலாம்பரி இசைக்குழுவின் அலுவலகத்தில் கச்சேரி இல்லாத நாளொன்றில் ரமணி, கிடார் டோனி, சிவா, டிரம்மர் கிரீன் ரோடுவேஸ் முருகன் என நாலைந்து பேர் மட்டும் கூடிப் பேசிக் கொண்டிருந்தோம். மாலை மணி சுமார் ஐந்து இருக்கும். வியர்க்க விறுவிறுக்க "ஸ்டிரிங்ஸ்" சாம் அண்ணன் வந்தார். ஸ்ட்ரிங்ஸ் இசைக்குழுவினரின்மேல் எனக்கு மரியாதையும் பொறாமையும் இருந்தது. நிறைய வயலின்காரர்கள், இசையுணர்வுள்ள ஆடியோ ஆபரேட்டர், மெல்லிசைப் பாடல்கள் அடங்கிய பாடற்பட்டியல் எனப் பொறாமைப் படத்தக்க வரங்களோடு வாழ்ந்து வந்த குழு அது. வழக்கமாக எல்லோரும் 'புன்னகை மன்ன'னின் தீம் மியூசிக்கையோ அல்லது 'ஏய் உன்னைத்தானே'யின் முகப்பிசையையோ வாசித்துக் கொண்டிருந்தபோது ஸ்ட்ரிங்ஸ் குழுவினர் மட்டும் பால் மரியா கம்போஸ் செய்த ஒரு 'அலெக்ரோ' நம்பரை டைட்டில் மியூசிக்காக வாசிப்பார்கள். சமீபத்தில் அந்தக் குழுவில் வாசித்துக் கொண்டிருந்த வயலினிஸ்ட் சைமனிடம் 'இந்த நம்பரை எப்படி சார் செலெக்ட் பண்ணுனீங்க யாருடைய ஐடியா இது?' என்று கேட்டபோது. 'எல்லோரும்தான்' என்றார் அடக்கமாக. 'ஒரு நல்ல டைட்டில் மியூசிக் வேணும்னு ஆசைப்பட்டோம். 'அங்கிங்கு' வயலினிஸ்ட் வைத்தி சார்தான் இந்த நம்பரை ட்ரை பண்ணிப் பாருங்கன்னார்' என்றார். வைத்தி சார் கைப்பட எழுதிக் கொடுத்த மூலப்பிரதியை இன்னும் பத்திரமாக வைத்திருப்பதாகச் சொன்னார். டிரம்மர் டேரல் அண்ணன் தானுமிருந்த அந்தக் குழுவைப் பற்றிக் குறிப்பிட்டுப் பேசுகையில் செல்லமாக 'ஸ்ட்ரிங்கானுக' என்பார். வேறொரு இசைக்குழுவிற்கு வாசிக்கப் போனபோது அங்கே ரிதம் செக்ஷன்காரர்கள் எனப்படுகிற தாளவாத்தியக்காரர்கள் எல்லோருமே கையில் குச்சிகளை வைத்திருந்தார்களாம். 'மாப்ள தப்லிஸ்டுகூட கைல ஸ்டிக்க வெச்சிருக்கான்டா' எனப் புலம்பினார். பக்திப் பாடல் 'மாரியம்மா' துவங்கிக் கடைசிப் பாடலான 'சித்தாடை கட்டிகிட்டு' வரையிலும் குச்சியைக் கீழே வைக்க வாய்ப்பில்லாமல் பூராவும் டப்பங்குத்து வகைப் பாடல்களாம். டேரல், அவர்களுக்கு 'ஸ்டிக்கானுக' என்று ஞானஸ்நானம் செய்து வைத்தார்.

சாம் அண்ணன், ரமணியிடம் 'டேய் மாப்ள ஒரு பிரச்சனை' என்றார். நாலரை மணிக்கு ஸ்ட்ரிங்ஸ் ஆஃபீஸ்க்கு யாரோ போன் செய்திருக்கிறார்கள். சாம் அண்ணன் மட்டும்தான் இருந்திருக்கிறார்.

‘சார் ஆரிஸ்ட்ராக்காரங்க தானெ?’

‘ஆமாங்க’

‘எத்தன மணிக்கு வறீங்க?’

‘எங்கீங்க?’

‘நம்மூருக்கு’

‘நம்மூரா எந்தூரு?’

‘தீத்தி பாளையமுங்க’

‘அங்க எதுக்குங்க?’

‘ணோவ், வெளாடாதீங் இருவதுக்கு முப்பது அடி டேஜு போட்டச்சுங்... நுப்பது பேருக்கு உப்மா கிண்டிருவமுங் அதுக்கு தேங்கா சட்னீங் . . .

‘அப்புரங்கண்ணா . . . பாடற புள்ளைங்கள ரெண்டுக்கு மூணா கூட்டியாந்துருங்கோவ் . . . சும்மா அடிச்சு கௌப்பிரோணுங்ணோவ்’

விஷயம் இதுதான்: ஸ்ட்ரிங்ஸ் ஆர்கெஸ்ட்ரா ஆஃபீஸில் இருந்தவர் கச்சேரியை புக் செய்ய வந்த பார்ட்டிக்காரர்களிடம் இந்த மாதம் நடக்க வேண்டிய கச்சேரிக்கு அட்வான்ஸ் வாங்கிக்கொண்டு தேதியைப் போட்டு ரசீதும் கொடுத்துவிட்டார். காலண்டரில் குறிக்கும்போது தவறுதலாக அடுத்த மாதம் இதே தேதியில் இன்ன ஊரில் கச்சேரி என்பதாக மாற்றி எழுதியிருக்கிறார். காலண்டரில் புக்கிங் தேதி மார்க் செய்யப்பட்டிருப்பதைப் பார்த்துக் கலைஞர்கள் பாக்கெட் நோட்டில் குறித்துக்கொண்டு போய் விடுவார்கள். ஆர்கெஸ்ட்ராக்களில் சொல்லப்படாத நியதி இது. கிராமத்துக்காரர்களும் கச்சேரி பற்றிய கேள்விகளைக் கவனமாக் கேட்டுவிட்டுக் காலண்டரைக் கவனிக்காமல் ரசிதை மட்டும் பார்த்து வாங்கிக்கொண்டு போய்விட்டார்கள் போலிருக்கிறது.

‘இப்ப என்ன செய்யறது?’ என்று கேட்டார் சாம் அண்ணன்.

‘பதறாதடா’ என்ற ரமணி ‘புரோக்ராம் எப்போ?’ என்று கேட்டதும்

‘இன்னைக்குடா இப்போ’ என்று சாம் அண்ணன் சொன்னதும் ரமணிக்குப் பதற்றம் வந்துவிட்டது. ஸ்ட்ரிங்ஸ் கலைஞர்கள் எல்லோரையும் ஒருங்கிணைப்பது சிரமம். உள்ளூரில் இருப்பவர்களைக் கூப்பிட்டுவிடலாம். அவசர

கதியில் வேலை செய்து ஒரு குழுவுக்கான ஆட்களைத் தேற்றிவிட்டோம். எதேச்சையாக மிமிக்ரி குணாவும் வந்து சேர்ந்துவிட சாம் அண்ணனுக்குத் தலைகால் புரியவில்லை. தேவாவின் கானா பாடல்களைக் குணா பாடுவார். நான் இருக்கிறேன். யேசுதாஸ் பாடல்களுக்குச் சிவா இருக்கிறான். கீ போர்டையும் அவனே பார்த்துக் கொள்வான். 'டபுள் ஓக்கேடா ரமணீ' உற்சாகத்தில் கத்தினார் சாம் அண்ணன். கிளம்பினோம். கவனக்குறைவினால் நிகழ்ந்துவிட்ட பெருங்குழப்பத்திலிருந்து தன்னை நண்பர்கள் மீட்டுவிட்டார்கள். இக்கட்டான நேரத்தில் இன்னொரு இசைக்குழுவைச் சார்ந்த கலைஞர்கள் தனக்கு உதவி செய்தார்கள் என்பதையெல்லாம் நினைத்து நினைத்து சாம் அண்ணன் ஏகத்துக்கும் நெகிழ்ந்து போய் ரமணியிடம் 'நான் ரொம்ப சந்தோஷமா இருக்கேன், உங்களுக்கெல்லாம் செலவு பண்ணனும்னு ஆசப்படறேன்' என்றார். வண்டி ஒயின் ஷாப்பில் நின்றது. ரமணியின் கைகளில் 'ஃபயர் பால்' தளும்ப, மனோகரண்ணன் 'டீச்சர்ஸ் ஸ்காட்ச்'சுடன் பேசிக் கொண்டிருந்தார். லோடிங் பையன்களுக்கெல்லாம் 'வி எஸ் ஓ பி' என்றார் சாம் அண்ணன். சரக்கடிக்காதவர்கள் சைடிஷை வெளுக்க, கடையே ஜிகினாச் சட்டைகளால் ஜொலித்தது. 'கச்சேரியை முடிச்சுட்டுப் பாத்துக்கலாம்' என்ற உறுதி மொழிக்குப்பின் சிம்பிளாக முடித்துக் கொண்டு ஒருவழியாகக் கிளம்பி தீத்திபாளையத்தின் எல்லைக்குள் நுழைந்ததும் சாம் அண்ணனின் முகம் 'பொசுக்'கென வாடிப் போய்விட்டது. எதேச்சையாக அதைக் கவனித்துவிட்ட ரமணி 'டைமுக்கு 'கன்'னா வந்துட்டமே அப்புறம் என்னடா' என்று கேட்க சாம் அண்ணன் சுவரைக் காட்டினார். அதில் ஓராள் நீளத்துக்கு அடிக்கப்பட்டிருந்த பிரம்மாண்டமான போஸ்டரில்

'கோவை 'ட்ரிங்ஸ் ஆர்க்கெஸ்ட்ரா' குழுவினரின் மாபெரும் இன்னிசை நிகழ்ச்சி நடைபெறும்' என்று ப்ரிண்ட் ஆகியிருந்தது.

யாழ்ப்பாணன்

வசந்தன் பஸ்ஸுக்குக் காத்திருந்தார். அவஸ்தையாக இருந்தது. என்னவென்று சொல்ல முடியாத அவஸ்தை. வசந்தனுக்குப் பியானோ வாசிக்கத் தெரியும். கிதார் வாசிக்கவும் தெரியும். வயலினையும்கூட ஓரளவு . . . ஓரளவு என்றால் மோசமில்லை என்கிற அளவு வாசித்துச் சமாளித்துவிடுவார். அவருக்கு மனித மனங்களை அவற்றின் கீழ்மைகளோடு சேர்த்து வாசிக்கத் தெரிந்திருக்கவில்லை. மனதுக்குள் தோன்றியதை மறைக்காமல் வெளியே சொல்லிவிடுகிறவர் என்பதால் வசந்தன் நட்பும் உறவுகளும் இல்லாதிருந்த மனிதராயிருந்தார். காசுக்காகக் கச்சேரிகளுக்கு வாசிக்கப் போவதிலும் அவருக்கு உடன்பாடில்லை. சிவானந்தா காலனி சத்திய நாராயணா மண்டபத்தில் கச்சேரி நடந்து கொண்டிருக்கும்போதே யாரிடமும் எதுவும் சொல்லிக்கொள்ளாமல் எழுந்து வெளியே வந்துவிட்டார் . . .

'. . . அப்புறம் என்ன செய்யச் சொல்றீங்க? அவனவன் மேஜர் மைனரு, செவன்த்து, டிம்னிஷு, ஆகுமென்ட்டு, குரோமோடிக்குனு படிச்சுட்டு வந்து வாசிக்கணும் இவனுக சுதியே சேராம, ரோஸ் பவுடரைப் பூசிக்கிட்டு வந்து 'பாட்டெடுத்து நாம்படிச்சா காட்டருவி கண்ணுறங்கும்'பானுக. அப்டியே கிடாரைத் திருப்பி மண்டையோட போட்டுர்லாமான்னு தோணுச்சு ... வேண்டான்ட்டு வன்ட்டன் . . .'

'...சுதி சேராத சூத்துக்குப் பின்னால ஒக்காந்து வாசிக்கவா மியூசிக் படிச்சன்?...' என்று வெடிப்பார். வசந்தின் இந்த அவஸ்தை மனைவிக்கும் மாமியாருக்கும் புரிய வேண்டுமே?

'அந்த முண்டை 'ம்க்கும்' ம்பா' அவங்காத்தா 'ஏம்ப்பா மில்லுக்கே போலாமில்ல'ம்பா ... எல்லாம் நேரம்...'

வசந்தன் சட்டையை மாட்டிக் கொண்டு வெளியே வந்துவிடுவார். 'எல்லா இந்தத் தாளினால வந்தது...' சிகரெட் புகைந்த கையை உயர்த்தி வசந்தன் காட்டிய திசையில் சந்தனப் பொட்டோடிருந்த பெட்டிக்கடைக்காரரின் தலைக்குமேல் தொங்கிய வார இதழ் தோரணத்தில் குங்குமப் பொட்டோடு சிரித்த முகமாயிருந்தார் இளையராஜா. 'ஒழுங்காப் படிச்சு வேலைக்குப் போயிருப்பேன் அந்தப் பாட்டக் கேட்டுத் தொலைக்காம இருந்திருந்தா' வலது கையை நெஞ்சுயரத்திற்குக் கொண்டுவந்து அதைக் கிதாரின் ஃப்ரெட் போர்டாகப் பாவித்து மணிக்கட்டின் கீழ்ப்புறங்கையை நமக்குக் காட்டி அதை இடக்கை விரல்களால் பற்றி நான்கைந்து கார்ட்ஸ் பொஷிஷன்களை நொடிக்கொன்றாக மாற்றிக்காட்டிவிட்டு,

'ஜிஞ்ஜிரக்கர ஜிஞ்ஜிரக்கர ஜிஞ்ஜிரக்கர ஜிஞ்ஜிரக்கர' வாயால் கூட்டுஸ்வரப்பந்தலைக் கட்டியவர் கையால் காற்றில் வாசிக்கிற மாதிரி அபிநயித்தார். வாயிலிருந்த சிகரெட்டை எடுத்துவிட்டு

'ஆ... ஆஹா... ஹா' என்று பாதி ஹம்மிங்கைப் பாடி நிறுத்திவிட்டு மஹாலட்சுமியின் காசு விழுகிற கை போல கீழே காட்டி மீதியை

'ஆ... ஹா ஹா ஹா அஹஹா ஆஹாஹ ஹா' எனப் பாடிவிட்டு

'ஹேய்... பாடல் ஒன்று... ராகம்... ம்ஹீம்... ஸாரி... ஐ'ம் நாட் அ ஸிங்ஙர்'

'ரியலி... ஹீ இஸ் அன் ஏஞ்சல் ஃப்ரம்...' இரண்டு கைகளையும் தலைக்குமேல் உயர்த்திக் காட்டினார்.

வந்துவிட்டது பொள்ளாச்சி பஸ். அதன் நெற்றியில் 'சுருதி' என்றிருந்ததைப் பார்த்துப் புன்னகைத்தவாறு ஏறி உட்கார்ந்தார். பேருந்து முழுவதையும் வியாபித்திருந்த ஹிட்டுப்பாடல்களின் சத்தம். பஸ் முழுக்க விடலைப் பையன்கள். டிரைவரின் சங்கீத ரசனையைத் தாங்கிக்கொள்ள முடியவில்லை. பக்கத்திலிருந்த நடுத்தர வயதைத் தாண்டிய பொட்டு வைக்காத பெண்ணொருத்தி

‘யேசப்பா என்ன இப்படி சத்தம்’ என்றாள்.

வசந்தன் ஊழியங்களுக்கும் கொஞ்சநாள் வாசிக்கப் போனார்.

‘அவனுகளுக்கு இவனுகளே பரவால்ல. பத்துல ரெண்டு பேருதான் பாடுவான். மத்தவன்லாம் கத்துவான். கேட்டா கண்டுக்காதீங்க பிரதர்ம்பான். கிட்டதட்ட எல்லாருமே ரெண்டு பொண்டாட்டிக்காரனுக’ என்பார்.

‘ம்க்கும் . . . இருக்கற ஒரு பொண்டாட்டியக் காப்பாத்த வக்கில்ல . . .’

எங்கம்மாவ ஆஸ்பத்திரிக்கிக் கூட்டிட்டுப் போனும் காலெல்லா வீங்கிக் கெடக்குது. தயவு செஞ்சு கௌம்பிப்போயி எங்கண்ணனப் பாத்துப் பணம் வாங்கிட்டு வாங்க என்று சொல்லியனுப்பியிருந்தாள் மனைவி.

பஸ்ஸின் பாட்டுச்சத்தம் தலையை வலித்தது. இசை என்கிற பெயரில் செய்யப்பட்டிருந்த வன்முறையைத் தாங்கிக்கொள்ள முடியவில்லை. நடத்துனரிடம் மெதுவாக

‘சுருதின்னு பேரப் பாத்தேன், இல்லியா? அபஸ்ருதியா’ என்றார். நடத்துனருக்குப் புரியவில்லை. பொதுவாய்ச் சிரித்துவிட்டுக் கயிற்றைச் சுண்டி பெல்லடித்துப் போனார். பிளாஸ்டிக் கயிற்றின் அதிர்வு இன்னும் அடங்கவில்லை. பேஸ் கிதார் ஸ்ட்ரிங்கின் அளவு இருக்குமா “இல்ல ஒரு சுத்து பெருசா இருக்கு” என்று வாய்விட்டுச் சொன்னார். பக்கத்தில் இருந்தவன் வினோதமாகப் பார்த்தான். இதே மாதிரி பஸ்ஸில் பேஸ் கிதாரைத் தூக்கிக்கொண்டு ஈரோட்டுக்கு போன ஞாபகம். பெரிய பேனரில் இருந்த சேது தனியாகக் குழு வைத்துக் கச்சேரி செய்து கொண்டிருப்பதாகவும் வந்து வாசிக்கும்படியும் கேட்டுக் கொண்டார் என்பதற்காக பஸ்ஸேறிப் போனால் அங்கே டான்ஸ் ப்ரொக்ராம் நடந்துகொண்டிருப்பதைப் பார்த்து, மண்டபம் மாறி வந்துவிட்டோமா எனக் குழம்பித் திரும்பினால் ஜிகினா ஜிப்பாவில் சேது நிற்கிறார். ‘நம்ம ப்ரொக்ராம்தான் வாங்க ஜி’ என்றார். அவர் வயசுக்கு ஜி சேரவில்லை. கிடாரிஸ்டைக் காணாமல் ‘ஏங்க . . . கிடாரிஸ்ட்டு?’ என்றதும் மிகப் பெரிய நகைச்சுவையைக் கேட்டது போல பலமாகச் சிரித்தார். ‘நீங்கதான் ஜி கிடாரிஸ்ட்டு ஹெஹ்ஹெஹ்ஹே’ என்று பல்செட்டைக் காட்டினார். இல்ல “இல்ல லீடு கிடார்?” “எல்லாம் பாத்துக்கலாம் ஜி மொதல்ல செட் பண்ணுங்க . . . ம்ம் . . . ஏம்பா சந்திரன் சாருக்குக் காபி குடுங்க” என்றார்.

மேடையின் முன்பக்கம் கீ போர்டு இருக்க வேண்டிய இடத்தில் டிரம் இருந்தது. தபேலா இருக்க வேண்டிய இடத்தில் ட்ரிபிளும் தும்பாவும் அண்டா மூடியைக் கவிழ்த்தாற்போல் ஒரு சிம்பலும் இருந்தன. ட்ரம்ஸுக்கு இடதும் வலதுமாயிருக்குமே அதுதான். "டிஷ்ஷ்ஷ்ஷ் சம்போ மஹாதேவா உலகத்தைக் காக்கும் பரம்பொருளே" பழைய புராணப்படங்களில் வசனத்தைத் துவங்குமுன் தட்டுவார்கள். கச்சேரியில் அது அளவுக்கதிகமாய்த் தட்டப்பட்டது. பி ஜி எம் களின் மேல் "மனவிலாவுக்கு வருகை புரிந்திருக்கும்" என்று கூச்சப்படாமல் பேசினார்கள். பின்னால் ஒளித்து வைத்திருந்த கீபோர்டில் ஒளிந்து கொண்டிருந்த ஆபரேட்டர் ஃபிளாப்பியைச் செருகி ஆன் பண்ணிவிட அது குரங்கு பொம்மைபோல டம டம டமவென்றது. பாடகர் என்று குறிப்பிடப்பட்டவன் விண்ணுக்கும் மண்ணுக்குமாகக் குதித்துக் குதித்துக் கத்தினான். அவன் சட்டையிலும் ஒரு கூலிங் கிளாஸ் தொங்கியவாறு இருந்தது. "எதுக்கு ரெண்டு?" பேண்ட்டில் எட்டு அல்லது ஒன்பது பாக்கெட்டுகள் இருந்தும் கண்ணாடியை ஏன் அங்கே வைத்திருக்கிறான் என்று குழம்பினார் வசந்தன். ஒவ்வொரு குதியலுக்குப் பின்னும் சேதுவின் கால்களைத் தொட்டு ஆசிர்வாதம் வாங்கிக்கொண்டான். குருபக்தி. சேது வசந்தனைக் கடந்தபோது "ஏங்க ஒரு மெலடி போடலாமில்ல" என்றார் வசந்தன். சேது திரும்பி "ராஜா சார் பாட்டா" என்றதும் மகிழ்ந்து "ம்ம்ம் ஆமாம்" என்று மண்டையை ஆட்டினார் சிறுவனைப்போல. "சந்திரன், ராஜா சார் சாங் என்ன இருக்கு. பேஸ் கிடாரிஸ்ட் கேக்கறார் பாருங்க" சந்திரன் வந்து "சார் ஆசையக் காத்துல தூதுவிட்டு போடுவாமா" என்றார். முகத்தைச் சுழித்து "மண்டபத்துல மெலடி ஏதாவது போடுங்கன்னா" என்றார். "நீங்களே சொல்லுங்க" "பொன் வானம் பன்னீர் தூவுது வாசிப்பாங்களா" பொன் வானத்தில் பேஸ் கிதார் ஆணரவமாக மாறிப் பெண்குரலைப் புணர்ந்தெழுவதைக் கண்டு சிலிர்த்திருக்கிறார் வசந்தன். "என்னது வாசிக்கறதா . . . ஹா ஹா சார் இங்க எல்லாமே அட்டைதான்! ஹண்ட்ரட் பர்சண்ட் ஃபீடிங் ஒன்லி" என்ற சந்திரனை முறைத்துப் பார்த்துவிட்டு அமைதியாகிவிட்ட வசந்தன் மனதளவில் பொன் வானத்திலிருந்தார். கச்சேரி முடிந்ததும் சாப்பிட்ட பின்பு கைகழுவிவிட்டு வந்து பார்த்தால் யாரையும் காணோம். சேது நம்பருக்குப் போன் செய்தார். ஜீ பக்கத்துல தான் இருக்கேன் ஜி! வந்துருவேன் வெயிட் பண்ணுங்க ஜி ப்ளீஸ் என்றவர் ஒரு மணி நேரத்தில் வந்துவிட்டார். ஒரே பழ வாசனை. "ஜீ தேங்க்யூ ஜி தேங்க்யூ ஜி" இருகரம் குவித்துக் கும்பிட்டுச் சிரித்த முகமாக வழியனுப்பிய சேது கைகளைக் குலுக்கியபோது லாவகமாக

ரூபாயைக் கைக்குள் வைத்துவிட்டார். மரியாதை காரணமாக அங்கே அதைப் பார்க்காமல் வெளியே வந்து பார்த்தபோது மூன்று நூறு ரூபாய்கள் மட்டும் இருந்தன. அழுகை வருவது போலிருந்தது வசந்தனுக்கு. 'எலைட்ஸ்' டேவிட் சார் கவருக்குள் ஐநூறு வைத்து பஸ்ஸுக்கும் டிஃபனுக்கும் தனியாகத் தருவார். ஒன்று வாசித்த திருப்தி வேண்டும் அல்லது இந்தப் பாழாய்ப் போன பணமாவது வேண்டும். இரண்டுமே இல்லையென்றால் எப்படி? தயங்கித் தயங்கி மீண்டும் மண்டபத்தின் உள்ளே போனார். கல்யாண வீட்டுப் பொம்பளையொருத்தி சேதுவிடம் "ஜூப்பரா இருந்திச்சி கச்சேரி, பீடா சாப்புடுங்க என்று "கொனைந்து" கொண்டிருந்தாள். இரண்டு தோள்பட்டையிலும் பிங்க் கலர் ஸ்ட்ராப் வெளியே வந்திருந்தது. சேது இவரைப் பார்த்து "ஜீ பீடா சாப்புடுங்க ஜீ" என்றார். வசந்தன் இடவலமாய்த் தலையாட்டி "பேமெண்டு ரொம்ப கம்மியா இருக்கே சார்" என்றார். "ஜீ..." தோளில் கைகளைப் போட்டு வாசல் பக்கமாக அவரைத் திருப்பிக் கூட்டிக்கொண்டு நடந்த சேது "நம்ம கச்சேரிக்கெல்லாம் கிடாரிஸ்டே வேண்டியதில்ல. நீங்க கஸ்டப் பட்றிங்கன்னுதான் கூப்டேன். போகப் போகப் பாத்துக்கலாம். ஓக்கேவா ஜீ... நெக்ஸ்ட் டைம் கண்டிப்பா பாத்து பண்ணிக்கலாம்" என்றார். அதுவே கடைசி. இனி இந்தப் பக்கமே திரும்பிப் பார்ப்பதில்லை என்று முடிவு செய்தார் வசந்தன். பேஸ் கிடாரை மதிக்காத தாளில்லாம் பேனரை நடத்தறதா? ஜீரணித்துக் கொள்ளவே முடியவில்லை. ஆத்து ஆத்துப் போனது வசந்தனுக்கு. பஸ்ஸேறி ஜன்னலில் தலையைச் சாய்த்து அமர எதிர்க் காற்று, கண்ணீரை வழிய விடாமல் தூக்கிக்கொண்டு போனது.

'கிட்ட நெருங்கி வாடா லேக்காங்கொம்மா லேக்காங்கொய்யா' கக்கூஸ் போகையில் முக்குவது போன்ற குரலில் ட்யூட்டர் வழியாக நாராசமாகப் பிரசவமான அந்தச் சத்தம் காது சவ்வைக் குத்தியதும் வசந்தன் தன்னை மறந்து கத்தினார்.

'டேய்ய்ய்... பாட்ட நிறுத்து இல்லேன்னா பஸ்ஸ நிறுத்து'

இரண்டுமே நின்றது.

சுருதியின் நடத்துனர் 'என்னய்யா ரவுடித்தனம் பண்றியா. இஷ்டமில்லன்னா எறங்கிக்க. டிக்கட்ட வாங்கிட்டா பன்னாட்டு பண்ணுவியா' என்றான்.

வசந்தன் 'மியூசிக் ப்ளே பன்றேங்கர பேர்ல நீங்கதான்டா ரவுடித்தனம் பன்றீங்க ராஸ்கல்ஸ்' என்று கத்தினார். "கெட்டவார்த்தையத் திருப்பி போட்ருக்காண்டா"

வசந்தனின் மண்டைக்குள் பளீர் பளீரென மின்னல்கள் வெட்ட அவரது மனைவி, அவளது தாயார், ரோஸ் பவுடர் பாடகன், ரெண்டு பொண்டாட்டிக்கார பாஸ்டர், ஜிகினா ஜிப்பா சேது, பிங்க் ஸ்ட்ராப்காரி, கூலிங்கிளாஸ் போட்டுக்கொண்டு ஒன்பது பாக்கெட்டுகளோடு குதிக்கிறவன் எல்லோரும் சின்ன மின்னல்களுக்குள் தோன்றி மறைந்த காட்சிகளுக்கு பஸ் டிரைவர் போட்ட பாட்டு பின்னணியாக ஒலித்தது. "லேக்காங்கொம்மா லேக்காங்கொய்யா" வசந்தன் கைகள் விறைக்க பஸ்ஸின் கூரையைப் பார்த்து 'பாஸ்டர்ட்ஸ் பாஸ்டர்ட்ஸ்!' என்று வீறிட்டார்.

'லேடிஸ்லாம் இருக்காங்க, தண்ணியப் போட்டுட்டு வந்து கெட்டவார்த்தை பேசறானுக சார்' உள்ளேயிருந்து முகமே இல்லாத குரல் ஒலித்தது. முன் சீட்டிலிருந்த கல்லூரி மாணவன் எழுந்தான். எழுந்த வேகத்தில் வசந்தனின் முகத்தில் குத்தினான். பின்னாலிருந்த இளம் பெண்ணொருத்தி கைதட்டினாள். வசந்தன் பஸ்ஸின் படியிலிருந்து கீழே விழுந்தார்.

'போலாம் ரைட்' என்றார் நடத்துனர். பஸ் கிளம்பி விட்டது.

சாலையோரத்துப் புற்களின் ஈரமும் வாசனையும் வசந்தனுக்கு ஆதூரமாயிருந்திருக்க வேண்டும். இரண்டு மூன்று நிமிடங்களுக்குப் புற்களில் முகம் புதைய 'அம்ம . . . அம்ம . . .' என்று அனத்தியபடியே படுத்திருந்தார். பின்பு குத்துக்குத்தாய் மண்டியிருந்த மூக்குத்திப் பூச்செடிகளைப் பற்றி எழுந்து உட்கார்ந்து எச்சிலும் ரத்தமும் வழிய சிதறிக்கிடந்த காசுகளைப் பொறுக்கிக்கொண்டே சின்னக் குழந்தை போல அனத்தினார். அனத்தியவாறே எழுந்தார். இரண்டடி எடுத்து வைத்திருப்பார். அடுத்து வந்த பேருந்து அவரைத் தாண்டிப் போக அதன் உள்ளிருந்து 'என்ன என்ன கனவு கண்டாயோ சாமீ' எனக் கசிந்த பாடல் காதில் விழுந்த கணத்தில் வெடித்துக் கதறினார் வசந்தன். இளையராஜாவின் குரல் கொண்ட அந்த பஸ்ஸுக்குப் பின்னால் 'அப்ப . . . அப்ப . . .' என்று கத்திக்கொண்டே ஓடினார்.

பட்டப்பெயர்கள்

ஆர்.எஸ். புரத்தில் சில்வர் ஸ்டார் ஆர்கெஸ்ட்ராவின் அலுவலகமும் நீலாம்பரி ஆர்கெஸ்ட்ராவின் அலுவலகமும் ஒரே கட்டடத்தின் மொட்டை மாடியில் அடுத்தடுத்து இருந்தன. இளஞ்சிவப்புச் சட்டையில் அவர்களும் நீலச்சட்டையில் இவர்களுமாக வெவ்வேறு சீருடையை அணிந்திருக்கும் சமயங்களிலும், நிகழ்ச்சியை புக்கிங் செய்யப் பார்ட்டிக்காரர்கள் வரும்போதும், ஒத்திகை பார்க்கும்போதும் மட்டும் வேறுவேறு குழுக்களாக இருப்பதும் மற்ற நேரங்களில் ஒரே குழுவாகப் பேசிச் சிரிப்பதும் வழக்கமாக இருந்தது. நான் நீலச்சட்டைக்காரனாக இருந்தேன். சில்வர் ஸ்டார் இசைக்குழுவின் கீ போர்டு பிளேயர் விபுலானந்தனின் அப்பா ராஜாமணியண்ணன் சூப்பர் சீனியர் ஆர்டிஸ்ட். கொஞ்சம் கண்டிப்பானவர் என்பதால் அவரிடம் மரியாதையும் சிறு அச்சமும் எனக்கிருந்தது. ஆனால் தபேலா பூபதிக்கு அப்படியல்ல. அவன் அவருக்குச் செல்லம். அவனுக்கும் அவர் செல்லம்தான் போல. சில்வர் ஸ்டார் அலுவலகத்துக்குள் யார் வந்தாலும் ராஜாமணியண்ணன் 'பக்கிட்டி'யிடம் அனிச்சையாக 'இந்த இவனே போய் டீ வாங்கிட்டு வா' என்பார். பூபதி, ராஜாமணியண்ணனை 'அமராவதி' திரைப்படம் வெளிவருவதற்கு முன்பிருந்தே 'தல' என்றுதான் குறிப்பிடுவான். 'எப்பப் பாத்தாலும் டீ' வாங்கிக் கொடுத்துவிடுகிறார்

என்பதால் அவரை 'டீத்தலை' யாக்கிவிட்டான். கிதார் வாசித்துக் கொண்டிருந்த கௌதம், கீபோர்டுக்கு மாறிய பின்னும் மேடையில் கிதாரைக் கைவிடாமல் கீபோர்டை வாசித்த கையோடு கிதாரையும் வாசிப்பது பொறுக்காமல் அவருக்குப் 'படகோட்டி' என்று பேர் வைத்துவிட்டார்கள். கீ போர்டு படகாம், கிதார் துடுப்பாம்! கேலிச்சித்திரமாக வரைந்து கொடுத்தால் கௌதம் கூட அந்தக் கற்பனையை ரசிக்கக் கூடும். பேஸ் கிதார் வாசிக்கும் இரண்டு பேர் பெயரும் ராம் என்பதால் ஒருவரைக் 'குண்டு' ராம் என்றார்கள். ஸ்டீபன் மட்டும் அவரைக் 'கல்யாண்' என்பார். என்ன விஷயம் என்று விசாரித்தால் 'குண்டு கல்யாணம்'னு கூப்பிட்டா சங்கட்டமா இருக்கும்ல' என்றார். மற்றவருக்கு நளினம் கொஞ்சம் கூடுதலாயிருந்ததைக் கண்டு 'சொம்பு' ராம் ஆக்கிவிட்டார்கள். நல்லோர் சிலர் அவரை 'வெள்ளை' ராம் என்றார்கள். பாபுவை அவரது நண்பர் ஆனந்த் அன்பு மிகுதியில் 'வங்குசிக்கான்' என்பார். விளக்கம் கேட்டால். 'தப்லா வாசிடான்னா 'சிக்குவங்கு சிக்குவங்கு'ன்னு வாசிப்பான். சரி நடைய மாத்தி வாசின்னா 'வங்குசிக்கு வங்குசிக்கு'ன்னு வாசிப்பான்' என்றார். பாடகர் விஸ்வம் பாடும்போது இடக்கையில் மைக்கைப் பிடித்துக்கொண்டு வலது முழங்கையால் பூமியைத் தோண்டுவதுபோல் செய்துகொண்டே 'மாங்குயிலே பூங்குயிலே' பாடியதால் 'பூமிப் பாடகன்' என்று பேர் வந்தது. சுதீப்பின் அண்ணன் பிரமாதமாகப் பாடுவாராம். ஆனால் பால் மட்டும்தான் குடிப்பாராம் அதனால் அவரைப் 'பால் பாடக'னாக்கிவிட்டார்கள். இதற்குமேல் ஒல்லியாகவே முடியாது எனும்படிக்கு இருக்கிற வெங்கடேஷை 'நோட்ஸ் ஸ்டாண்ட்' என்று கூப்பிடுகிறார்கள். மெல்லியதாக இருக்கும் நோட்ஸ் ஸ்டாண்டை மடித்துப் பெண்கள் கைப்பைக்குள்கூட வைத்துக்கொள்ள முடியும். வெங்கடேஷ் பாடும்போது 'ஒரு நோட்ஸ் ஸ்டாண்டே பாடுகிறதே ஆச்சரியக்குறி' என்று கமெண்ட் வேறு. சிங்காரவேலன் என்று ஒருவர் இருந்தார். சரியாகப் பாடுவதில்லை என்பதால் அவரை 'சிங்காத' வேலன் என்றார்கள். ஸ்ருதி சேராத பாடகர்களையும் பாடகிகளையும் 'பாதகன்' 'பாதகி' என்பார்கள். சொதப்பல் ராஜாக்களுக்கு ஒவ்வொரு சீசனிலும் ஒவ்வொரு பெயர் இருந்தது. 'கோபாலு' 'தேவராஜு' 'டவுசர்' 'கிச்சடி' என்பதாக.

"அந்தப் பையன் பரவால்லையா"

"அய்யோ செம கோபாலு"

"உங்க டீம்ல ஒரு டரம்மர் இருந்தாருல்ல இன்னைக்கு அவரு ஃப்ரீயா?"

“கொஞ்சம் தேவராஜுதான் அட்ஜஸ்ட் பண்ணிக்க முடியும்ணா கூட்டிட்டுப் போங்க”

“ஃபீமேல் வேணும் பூர்ணிமா ஓ.கே. வா?”

“அது டவுசர் யா வேண்டாம்”

“இந்தக் கிச்சடிகளுக்கு அது பரவால்ல கூப்பிடுங்க பாய்”

சில்வர் ஸ்டாரில் விபுலண்ணனின் மாமா அவர்களின் குழுவுக்குப் ‘பேஸ் கிடாரிஸ்ட்’ ஆக இருந்தார். உண்மையில் அவர் யாரிடமும் பேசாத கிடாரிஸ்ட்டாகத்தான் இருந்து வந்தார். இத்தனை வருடங்களாகப் பக்கத்து ரூமில் இருக்கிற கலைஞர்களிடம் இசை பற்றியோ கச்சேரி பற்றியோ சினிமா தொடர்பாகவோ எதையும் கேட்காத அவர் தினமொரு முறையாவது மனோகரண்ணனிடம் வந்து பாத்ரூம் போக பக்கெட் எங்கே இருக்கிறது என்று கேட்பது வழக்கமாக இருந்தது. எனவே அவருக்கு ‘பக்கிட்டி’ என்று நாமகரணமாயிற்று. சில்வர் ஸ்டார் பாடகர் சிவா பயங்கரக் குறும்புக்காரர். ராத்திரிகளில் குறிப்பிட்ட நேரத்துக்குமேல் பார்ட்டிக்காரார்களோ பெண்களோ மேலே மொட்டை மாடிக்கு வரமாட்டார்கள் என்கிற தைரியத்தில் ஒன்பதரை மணியிலிருந்தே நெஞ்சில் மிகப்பெரிய தங்கச்சங்கிலி, அதற்குக் கீழே மிகமிகப் பெரிய தொந்தி, அதற்கு கீழே மிகச்சிறிய ஜட்டி என மெகா சைஸ் குழந்தையாக உலா வருவார். அப்படியே நீலாம்பரி வாசலில் வந்து நின்று சீரியஸாக ‘மின்சாரக் கனவு கேட்டீங்களா ஹா பிச்சிருக்கான்’ என்று ஊர் நாயம் பேசத் துவங்குவார். அவரைப் பார்த்தாலே சிரிப்பு பொத்துக் கொள்ளும். கோயம்புத்தூரில் பொதுவாக ஒரு குழுவின் நிகழ்ச்சி நடந்துகொண்டிருக்கும்போது இன்னொரு இசைக்குழுவின் கலைஞர்கள் யாராவது அங்கே வந்தால் ‘விழாவிற்கு வருகை புரிந்திருக்கும் இசைக்கலைஞர் ... அவர்களை அன்போடு மேடைக்கு அழைக்கிறோம்’ என்று அறிவித்து, மேடைக்கு வரவழைத்துப் பாடகரென்றால் பாட வைத்தோ வாத்தியக்காரர் என்றால் வாசிக்கவைத்தோ அனுப்புவது வழக்கம். சரசரக்கும் பட்டுப்புடவைகள், இதழ்களையொட்டி மினுங்கத் துளிர்க்கும் வியர்வைத் துளிகள், ஈறுதெரிய விரியும் சிரிப்புகள், சந்தனமும் குங்குமமுமான நெற்றிகள், மின்னும் வேட்டிகளென ஜொலித்த ராமலிங்க சௌடேஸ்வரி கல்யாண மண்டபத்தில் எங்களது கச்சேரி நடந்து கொண்டிருக்கையில் சிவா வந்தார். மிமிக்ரி சுரேஷ் அனிச்சையாகத் “திருமண விழாவிற்கு வருகை புரிந்திருக்கும்

இசைக்கலைஞர், சில்வர் ஸ்டார் இசைக்குழுவின் ஆஸ்தான பாடகர் எங்கள் அன்புக்குரிய திருவாளர் ஜட்டி சிவா அவர்களை அன்போடு மேடைக்கு அழைக்கிறோம்" என்று அறிவித்தார்.

சிவாவைப் பற்றிச் சொல்லும்போதே 'பச்சைத்தவளை' என்று ஒருத்தருக்குப் பெயர் வைத்திருந்தது நினைவுக்கு வருகிறது. 'புண்ணியாத்மா' ஜட்டி சிவாவும் பாலுவும் ஒருவரைக் கூட்டிக்கொண்டு சில்வர் ஸ்டாரிலிருந்து நீலாம்பரிக்கு வந்தார்கள். யாம் பெற்ற இன்பம் பெறுக பக்கத்து ரூமும் என்று நினைத்திருப்பார்கள். இதில் ஏதோ வேடிக்கை இருக்கிறது. ஆர்வமாக அவரைப் பார்த்தோம். நெற்றி முழுக்க விபூதியும் நடுவில் குங்குமமுமாக நடுத்தர வயதில் இருந்த அவர் டீஷர்ட்டை ஃப்ளீட் வைத்த ஃபார்மல் பேண்ட்டில் இன் செய்திருந்தார்.

'எப்புடிப் பாடறார் பாருங்க' என்று ஆச்சரியப்பட்ட பாலுவை உற்றுப் பார்த்தால் சிரிப்பை ஒளித்து வைத்துக் கொண்டிருப்பது தெரிந்தது. 'பாடுங்க சார்' என்றால் இரண்டு கைகளையும் குவித்து 'என்னவென்று சொல்வதம்மா' என பாடத் துவங்கியவரை ஜட்டி சிவா தடுத்து 'வசனத்துல இருந்து தொடங்குங்க' என்றதும் பயபக்தியாக 'சரிங்க சரிங்க' என்றாரவர். ராஜகுமாரன் திரைப்படத்தில் இடம்பெற்ற அந்தப் பாடலுக்கு முன் "கட்டிக்கப் போறவ எப்படி இருக்கணும்னு கேட்டா இப்புடி வெக்கப்படுறியே மாமா" என்று பெண் குரல் கேட்க அதற்கு நடிகர் பிரபு "ஹெ ஹேய் ஹெ ஹேய் என்னத்தச் சொல்ல ... எப்படிச் சொல்ல ..." என வெட்கப்படுவார். இந்த இடத்திலிருந்து பாடல் இசையோடு துவங்கும். 'ஜட்டி சிவா வழங்கிய பாலுவின்' குங்குமப் பொட்டு டீஷர்ட்காரர் அந்த வசனத்தைப் 'பேரன்பார்ந்த வாக்காளப் பெருங்குடி மக்களே' பாணி தமிழில் இடைவெளியில்லாமல்

"கட்டிக்கப் போகின்றவள் எப்படி இருக்க வேண்டுமென்று கேட்டால் இப்படி வெட்கப்படுகின்றீர்களே மாமா சிரிப்பு என்னத்தைச் சொல்ல எப்படிச் சொல்ல"

என்றார். சிரிப்பை, 'சிரிப்பு' என்றே படித்ததோடு நிற்காமல், மாரியம்மன் கோவில்களில் முடியை விரித்துப் போட்டுக்கொண்டு 'டேய் , ஆத்தா வந்துருக்கேண்டா' என்பார்கள் இல்லையா? அதுபோல ஒரு மெட்டில்

என்னவென்று சொல்வதம்மா வஞ்சியுந்தன் பேரழகை
சொல்ல மொழியில்லையம்மா கொஞ்சி வரும் தேரழகை

என்று அவர் இஷ்டத்திற்குப் பாட, ஜட்டி சிவாவும் பாலுவும் வாயிலேயே உடுக்கை எஃபெக்ட்டைக் கொடுத்தார்கள். 'அந்தி மஞ்சள் நிறத்தவளை' என்று பாடியபோது மனோகரண்ணன் இடைமறித்து "ஆத்தா பச்சைத்தவளைன்னு பாடும்மா மகமாயீ" என்று சொன்னதும் ஆத்தாளும் திருத்திக் கொண்டு பாடினாள்

அந்தி பச்சை நிறத்தவளை (கோரஸ்: தாயே)
என் நெஞ்சில் நிலைத்தவளை (கோரஸ்: அம்மா)
நான் என்னென்று சொல்வேனோ (கோரஸ்: ஆத்தா)
அதை எப்படிச் சொல்வேனோ (கோரஸ்: தாயே)

மேக்கரீனா

பேரூரில் கிளப் ஒன்றின் நிகழ்ச்சியில் பாட அழைத்திருந்தார்கள். நானும் டேவிட்டும் போயிருந்தோம். எங்களையும் ஆடியோக் காரரையும் தவிரக் கலைஞர்கள் யாரையும் காணவில்லை. மேடையின் ஓரத்தில் ட்ரைட்டான் கீ போர்டு இருந்தது. அது ஒரு ஃபீடிங் போர்டு. அதாவது, அதை வைத்து வாசிக்கலாம். வாசிக்கத் தெரியாதவர்கள் மைனஸ் ட்ராக் என்கிற கரோக்கே ட்ராக்குகளை ஆன் செய்துவிட்டு வாசிப்பதுபோல நடிக்கலாம். வாசிக்கத் தெரிந்தவர்களும் 'புதுப் பாடல்களுக்கு நோட்ஸ் எடுத்து என்ன ஆகப் போகிறது? பழைய பாடல்களுக்காவது லைஃப் இருக்கும். புதுப் பாடல்கள் அந்த சீசனோடு சரி' என்று கம்ப்யூட்டர் பிளாப்பி டிஸ்குகளில் வாசித்தோ காபி செய்தோ வைத்திருப்பார்கள். பிளாப்பியை 'லோட்' செய்து 'ப்ளே' கொடுத்தால் போதும். குரலைத் தவிர எல்லாமும் வந்துவிடும். பாடகர்கள் ஸ்ருதியும் தாளமும் விலகாமல் பாடினால் போதும். சின்ன பட்ஜெட் 'சுண்டல்' கச்சேரிகளை இதை வைத்தே ஒப்பேற்றிவிடலாம். ஆனால் பேராசைக்காரர்கள் இதைக்கொண்டே பெரிய பட்ஜெட்டையும் கையாண்டார்கள். கலைஞர் அல்லாதவர்கள் மேடைகளில் 'ஆன்' செய்வதில் டைமிங் மிஸ்ஸாகி மாட்டிக்கொள்ளவும் செய்தார்கள். மக்களோ

பாடகர்களையும் சேர்த்துச் சந்தேகப்பட்டார்கள். 'கேஸட்டப் போட்டுட்டு வாயசைக்கிறானுகடா' என்றார்கள். நிஜமாகவே வாசிக்கும் கலைஞர்கள் '100% மேனுவல்' என்றெழுதிய பேனர்களைப் பின்னணியில் கட்டிக் கொண்டார்கள். மிகச் சரியாக ரஹ்மானின் வரவுக்குப் பின்புதான் இவையெல்லாம் நடந்தன. ரஹ்மான் வரவை நான் காலமாகச் சொல்கிறேன். ரஹ்மான் இப்படியெல்லாம் செய்யும்படி யாருக்கும் சொல்லவில்லை. அறிவியலை எப்படிக் குறுக்கு வழியில் பயன்படுத்தலாம் என்று சிலர் குறுக்குப்புத்தியில் யோசிக்கையில்தான் குழறுபடிகளும் நடக்கின்றன.

கச்சேரியை ஏற்பாடு செய்திருந்த 'மேஜிக்' வசந்த் வந்தார். கை காட்டிப் புன்னகைத்து 'மாப்ள' என்றார். கையைக் காட்டினேன். காபி சாப்பிட்டோம். 'கீ போடு யாரு வசந்த்' என்று கேட்டேன். 'நம்ம பாக்கி' என்றார். 'பாக்கி' என்றால் பாலகிருஷ்ணன். 'ஓ' என்றேன். கொஞ்ச நேரத்தில் தேவன் வந்தார். பாக்கி மட்டும் பாக்கி. பிளானை வசந்த் சொன்னார். அதாவது மாப்ள நீங்கள்ளாம் 'மேக் மேக் மேக் மேக்கரீனா மேக் மேக் மேக் மேக்கரீனா' னு பாடிட்டு இருக்கும் போதே, ஜி வர்றாருன்னு அனௌன்ஸ் பண்றோம்'.

'ஜி நீங்க உங்க காரை ஆடியன்ஸ ஒட்டி ஒட்டிட்டு ஸ்டேஜூகிட்ட வந்து நிறுத்தறீங்க'

'ம் . . . சூப்பெர்'

'மேக் மேக் மேக் மேக்கரீனா மேக் மேக் மேக் மேக்கரீனா போயிட்டே இருக்கு . . . அப்படியே ஹாய் . . . வணக்கம் கோயம்பட்டூர்னு விஷ் பண்ணீட்டு அப்படியே ஜாயின் பண்ணிக்கிறிங்க ஓகே ஜி?'

'யா காட் இட்'

தேவனைக் கூட்டிக்கொண்டு வசந்த் போய்விட 'நல்ல ஐடியா இல்லடா' என்றான் டேவிட்.

'இந்த ஐடியா கீ போர்ட் பிளேயருக்குத் தெரியுமான்னு தெரியலயே' கவலையானேன்.

'மொதல்லயே சொல்லி வெச்சிருப்பாங்க... எவ்ளோ ஈஸியா இருக்கானுக பாரு டென்ஷனே ஆகாம. ஸ்டார் நைட்டெல்லாம் சாதாரணமாப் பண்றானுக. நம்மள மாதிரியா ஜிக்கிம்மா கச்சேரி ரிகர்ஸலுக்கே மண்டபம்லாம் எடுத்தோம்'

“முப்பத்தாறு பேரு வாசிச்சோம் ஆடியோக்காரனுகளையும் சேத்துனா நாப்பது நாப்பத்தஞ்சு பேர் இருந்திருப்போம் இல்லடா?”

கிளப்பை ஒரு ரவுண்ட் அடித்தோம். இன்னொரு காபி குடித்தோம். மேடையில் பாக்கி கீ போர்டைத் தயார் செய்து கொண்டிருந்ததைப் பார்த்தேன். பதினைந்து நிமிடங்கள் கழித்து ‘மாப்ள ஸ்டார்ட் பண்லாமா’ என்றார் வசந்த். ‘நாங்க ரெடி ஜி’ என்றான் டேவிட். ‘நீ எப்படா ஜியான?’

வசந்த் குழுமியிருந்த மக்கட்பெருங்கடலை உற்சாகமாயிருக்கச் சொன்னார். ‘கரங்களைத் தட்டுங்கள் தேவன் வரப்போகிறார்’ என்றார். எனக்கு சுவிஷேசக் கூட்டமோ என்று சந்தேகமாக இருந்தது. புழுதி பறக்க வந்து நின்ற காரிலிருந்து தேவன் இறங்கினார். வசந்த் ‘மாப்ள தொடங்கு’ என்றார். நான் குழப்பமாக கீபோர்டைப் பார்த்தால் அதற்கு அடியில் உட்கார்ந்துகொண்டு ஜோசியக்கிளி சீட்டெடுத்துப் போடுவது போல ‘ராசாத்தி, ஊரு சனம், சங்கீத மேகம்’ என்று ஒவ்வொன்றாய்ப் படித்துக் கொண்டிருந்தார் பாக்கி.

‘பாக்கி தொடங்கச் சொல்றாங்க’ என்றேன்.

அவரோ ‘ப்ச் மேக்கரீனா பிஸ்கட்டையே காணங்க’ என்றார்.

கீழே வசந்தின் மாநிற முகம் பழுக்கத் துவங்கியது. தேவன் ஜாகிங் போவது போலவே படிக்கட்டுகளில் ஏறுகிறார். பாக்கி இன்னும் தேடுகிறார். மேடைக்குத் தேவன் வந்ததும் ரசிகர்கள் கரகோஷம் செய்தார்கள். தேவன் மேடையிலே ‘ஜாகிங்’ போனார். டேவிட் உணர்ச்சி வசப்பட்டு

மேக் மேக் மேக் மேக்கரீனா
மேக் மேக் மேக் மேக்கரீனா

என்று துவங்கிவிட வேறு வழியில்லாமல் நானும் சேர்ந்து கொண்டேன். வேறு வழியில்லாமல் தேவனும் சேர்ந்து கொண்டார்.

மேக் மேக் மேக் மேக்கரீனா
மேக் மேக் மேக் மேக்கரீனா

நான்கைந்து தரம் பாடினோம். பாடிக்கொண்டே மூவரும் ஜாகிங் போனோம். தேவன் அப்படியே ஓவர்லேப்பாகப் பேசினார். ஆடியன்ஸைப் பாட வைத்தார். ஓட வைத்தார். அதாவது ஜாகிங் செய்ய வைத்தார். இடையிடையே

கீபோர்டு பிளேயர் தென்படுகிறாரா என்று ஓரக்கண்ணால் பார்த்தபடியிருந்தார். முக்குளித்து மேலே எழுந்த பாக்கியின் தலையைப் பார்த்ததும் மகிழ்ந்து “மேக்கரீனா மேக்கரீனா விசிலடிக்கும் நிலவுதானா” என்று பாடவே துவங்கிவிட்டார். முழுப் பல்லவிக்கும் பின்னணியாகத் தாளமும் இல்லை கீபோர்ட் கார்ட்ஸ்ம் இல்லை. பாவம் தேவன். திரும்பவும் ‘மேக் மேக் மேக் மேக்கரீனா’வுக்குக் கொண்டுவந்து எங்களை விட்டுவிட்டுப் பாடியபடியே நடந்து பாக்கியிடம் போய் ரகசியக் குரலில் ‘பாஸு, கார்ட் போடுங்க’ என்றார் நெற்றி வியர்வையைத் துடைத்தபடி. பாக்கி, மிகப் பொறுமையாகக் கையிலிருந்த ஃப்ளாப்பியைக் காட்டி அவரிடம் கேட்டார்

‘பாஸு ‘மேக்கரீனா’ கெடைக்கல ‘மணமாலையும்’ பாடறீங்களா?’

பயபக்தி

‘மனோ’ ஆண்டனி, மோகன்ராஜ், சவுந்தர் ஆகியோர் ஒரு குழுவாகவும் கென்னடி, வின்செண்ட், சீனி, மணியண்ணன் ஒரு குழுவாகவும் கோவை வானொலி நிலையத்துக்குள் திரிய, நானும் ஜெயகாந்தனும் ரேடியோவில் பாடப்போகிறோம் என்கிற சந்தோஷத்தில் இருந்தோம். இத்தனைக்கும் கோரஸ்தான். ஆனால் யாருக்கு? மலேஷியா வாசுதேவன் பாட, நாங்கள் கோரஸ் பாடப் போகிறோம். நினைத்தாலே ஜிவ்வென்று இருந்தது. சவுந்தருக்குத்தான் உள்ளங்கை வேர்த்துக் கொண்டே இருந்தது. சவுந்தர் கொஞ்சம் பயந்த சுபாவி. சுபாவி என்றால் பாவியில் ஒரு வகை மாதிரி இருக்கிறது. அப்பாவி? வேண்டாம் உங்களுக்குப் புரிகிறதுதானே? அவர் அப்படியொரு வகை. மேடையில் இரண்டாவது கீபோர்டு பிளேயராக உட்கார்ந்து வாசிக்கும்போதே கைகள் வியர்த்துவிடும். ஒண்ணுக்குள் ஒண்ணாய்ப் பழகிய நாமே சவுந்தரிடம் ‘சுதி குடுங்க’ என்றால் கொலைகாரனுக்குக் குத்துப்படப்போகிறவனே கத்தியை எடுத்துக் கொடுப்பது மாதிரி விரல்கள் துடிக்க அவர் தயங்கித் தயங்கிக் காட்டுவதற்குள் பல்லவி முடிந்திருக்கும்.

என் மனமெங்கும் ‘ஆசை நூறு வகை’யின் தாளநடையொலிக்க மலேஷியா கூலிங்கிளாஸோடு வந்தார். வந்தவர் சீனியண்ணனிடம் பேசினார். மெட்டைச் சொல்லிக் கொடுத்தார்கள். கண்ணாடித்தடுப்பு இருந்ததால் எங்களுக்கு ஒன்றும்

கேட்கவில்லை. கையில் ஒரு டைரியோடு வெளியே வந்தார். புது மெட்டை ஹம் செய்தவர், நிறுத்தி நேராக சவுந்தரிடம் வந்தார். எதையோ கேட்டார். சவுந்தர் உடலுதறப் பதறியெழுந்து சட்டைப் பாக்கெட்டிலிருந்து பேனாவை எடுத்துப் பவ்யமாக நீட்டினார். மேலும் கீழும் பார்த்த மலேஷியா கொஞ்சம் சத்தமாக 'சுதி காட்டும்மா பியானோல' என்று திரும்பவும் கேட்டதும் சவுந்தர் நடுங்கியபடியே உட்கார்ந்தார். அதற்குள் மணியண்ணன் அவருடைய கீபோர்டிலிருந்து ஸ்ருதி காட்டப் பாடியபடியே நகர்ந்தார் மலேஷியா. சவுந்தர் பெருமூச்சு விட்டது பதிவுக்கூடத்திலிருந்த எல்லோருக்கும் கேட்டது .

பாடல் பதிவு முடிந்து வெளியே வந்ததும் 'மனோ' ஆண்டனி ஒரு நோட்டும் பேனாவுமாக அவரிடம் போய்ப் பயபக்தியோடு "சார் எங்கள மாதிரி வளந்து வர்ற பாடகர்கள் என்னென்ன செய்யணும்னு சொன்னீங்கன்னா . ." என்று இழுத்தான். மலேஷியா மேலும் கீழும் பார்த்துவிட்டு 'நோட் பண்ணிக்கங்க' என்றார். இவன் குஷியாக பேனாவையும் நோட்டையும் நெருக்கி வைத்து "சொல்லுங்க சார்" என்க, அவர் "பாயிண்ட் நம்பர் ஒன் வந்து . . . பிராக்டிஸ்" என்றார். ஆண்டனி பவ்யமாகக் குறித்துக்கொண்டான். "பாயிண்ட் நம்பர் டூ பிராக்டிஸ்" என்றார். ஆன்டணி குழப்பமாகப் பார்க்க மலேஷியா வாசுதேவன் "பாயிண்ட் நம்பர் த்ரீயும் ப்ராக்டிஸ்தான் தம்பி! நல்லா ப்ராக்டிஸ் பண்ணுங்க" என்று சொல்லிவிட்டு நகர்ந்தார்.

சவுந்தரின் மன தைரியத்தைப் பற்றிப் பேசிக் கொண்டிருந்தோமல்லவா, இனி நாம் குப்புராஜைக் காண்போம். குப்புராஜூம் சவுந்தர் ஜாதிதான். ஜாதி என்றால் நீங்கள் நினைக்கிற ஜாதி இலலை. பயப்படுகிற வகை என்று சொல்ல வந்தேன். உண்மையைச் சொன்னால் ஆர்கெஸ்ட்ராவில் ஜாதி மதம் என்கிற ஒன்று இல்லவே இல்லை. குப்புராஜூம் கீபோர்டு பிளேயர்தான். ஒருமுறை செல்வம் சார் ஏற்பாடு செய்திருந்த கச்சேரிக்கு எல்.ஆர். ஈஸ்வரி வந்திருந்தார். கலைஞர்கள் எல்லோருக்கும் அவரோடு புகைப்படம் எடுத்துக்கொள்ள வேண்டுமென்று விரும்பினார்கள். நிற்க. ஏற்கனவே ரிகர்ஸலின்போது கடசிங்காரி நாகராஜ், குப்புராஜிடம் "குப்புராஜூ தப்பா வாசிச்சிட்டா மாட்டிக்குவீங்க அந்தம்மா பளார்னு அப்பிரும் ஜாக்கிரதை" என்று புளுக பயந்துவிட்ட குப்புராஜ் "ம்ம் அப்புவாங்க கேக்க ஆளில்லனா" என்றார் பயந்தபடி. மறுநாளும் குப்புராஜ் "என்னவா இருந்தாலும் பேசித்தானங்க தீக்கணும்" என்று 'இச்சாக்' மூர்த்தியிடம் சொல்லிக் கொண்டிருந்தார். கச்சேரி துவங்குவதற்குச் சற்று

முன்னதாகக் கலைஞர்கள் போட்டோ எடுத்துக்கொள்ள விரும்புகிறார்கள் என்று எல்.ஆர். ஈஸ்வரியிடம் செல்வம் சார் சொல்ல, அவர்களோ உடனே கிளம்பினால்தான் வண்டியைப் பிடிக்க முடியும் என்ன செய்ய என்ற மறு வினாடியே 'இப்படிச் செய்வோம் மேடையில் கச்சேரியின்போதே பாடியபடியே ஒவ்வொரு வாத்தியக்காரரிடமும் போய் நிற்கிறேன். கச்சேரி சமயத்திலேயே போட்டோ எடுத்துக்கொண்ட மாதிரியும் இருக்கும் எனக்கு நேரமும் மிச்சமாகும்' என்று சொல்ல செல்வம் சாருக்கு மகிழ்ச்சி. உடனிருந்த நாகராஜுக்கும்தான். மற்ற யாருக்கும் இந்த விஷயம் தெரியாது. புகைப்படங்கள் இயல்பாக வரட்டும் என்று யாரிடமும் விஷயத்தைச் சொல்லவில்லை. நாகராஜ் கச்சேரியின்போது குப்புராஜைப் பார்த்துக் கண்களை உருட்டிப் பயமுறுத்திக் கொண்டேயிருந்தார். குப்புராஜ் அனிச்சையாக "ம்ம் ... அப்புவாங்க கேக்க ஆளில்லனா" என்றார்.' பம்ம பம்மதா தையதையதகு தின்னாகு நகதிமி பஜங்கரே" பாடிக்கொண்டே எல்.ஆர். ஈஸ்வரி வெகு அழகாக ஒவ்வொரு வாத்தியக்காரரிடமும் போய் நின்று பாட ஒவ்வொரு படமும் மிக அழகாக வந்திருந்தது. ஒன்றைத் தவிர. அதில் எல். ஆர். ஈஸ்வரி குப்புராஜின் கீபோர்டுக்கு மிக நெருக்கமாக வந்து நின்றிருக்க குப்புராஜ் கை விரல்களைக் கீ போர்டில் வைத்து ஊன்றிப் பச்சைக் குதிரை தாண்டுவது போல நின்றிருந்தார். எல். ஆர். ஈஸ்வரி எகிறிக் குதித்தாலும் தொட முடியாத தூரத்தில் அவர் முகத்தைப் பத்திரமாக வைத்திருந்தார்.

அல்மல்மா

பாலக்காட்டு எடக்கை ராமச்சந்திரனின் (இடது கையால் கீபோர்டு வாசிப்பதனால் வந்த பெயர்) கேரள நண்பர் ஒருவர், யாரும் சொல்லிக் கொடுக்காமல், தானே தமிழை எழுதக் கற்றுக் கொண்டதாக இவரிடம் வந்து பெருமையாக 'அது ரொம்ப ஈஸி' என்று சொல்ல ராமேட்டன் 'எங்கே, என் பேரை எழுதிக் காட்டு' என்றதும் பேனாவை எடுத்து அவர் வரைய, பார்த்துக் கொண்டிருந்தவருக்கு அள்ளை பிடித்துக் கொண்டது. பேப்பரில் அவர் 'ராமச்சந்திரன்' என்பதை

'ர் அ ம் அ ச் அ ந் த் இ ர் அ ன்' இப்படி எழுதியிருந்தார்.

'A' – க்கு தமிழ்ல 'அ' – தானே 'R' – க்கு 'ர்' தானே' என்று தனித்தனியாகக் கேட்டுத்தெரிந்து கொண்டவைகளை வைத்து அவராக யூகித்து எழுதிக் கொண்டதுதான் அது. "நமக்கு ஒரு விஷயம் சரியாகப்படுகிற பட்சத்தில் யார் வந்து எதைச் சொன்னாலும் அது பற்றி நமக்கு என்ன கவலை?" ஆர்கெஸ்ட்ராப் பாடகர்கள் சிலர் சொல்லும் வியாக்யானங்கள் விசித்திரமானவை. புள்ளிவைத்த எழுத்துகளில் "சங்கதி" பாடுவது கொஞ்சம் கடினம். நாவின் நுனியை மேலண்ணத்தில் அழுத்திக்கொண்டு கமகம் பாடுகையில் இருக்கிற சிரமம், அதைப் பட்டும் படாமல் வைத்துக்கொண்டு பாடும்போது

இருப்பதில்லை. இசையரசர் டி.எம். எஸ், 'இசை கேட்டா'லில் முதல் முறை சங்கதி அடித்துப் பாட வசதியாக 'இசை 'எ(ல்)ன்'னிடம் உருவாகும்' என்று பாடிவிட்டுத் தொட்டடுத்த முறையிலேயே 'இசை என்னிடம் உருவாகும்' என்று உச்சரிப்பைச் சரிசெய்து விடுகிறார். வெவ்வேறு பாடல்களில் இரண்டு சுழி 'ன்' – ற்கு மாற்றாக 'ல்' – ஐயும், மூன்று சுழி 'ண்' – ற்குப் பதிலாக ள் – ஐயும் வைத்துக்கொண்டு சங்கதிகளை இலகுவாகக் கடந்து விடுகிறார். பெயராலும்கூட 'அழகுராஜா'வான அவருக்கு 'ஆல் இன் ஆலு'ம் வாய்த்திருக்கிறது. கேட்பதற்கும் தொந்தரவில்லாமல் இருக்கிறது. 'சித்திரம்பேசுதடி'யில் விழும் 'அழகுப்பிசிறு'களை வெறும் 'வெள்ளி'யென்று ரசனைகெட்டதனமாகச் சொல்லிவிட முடியுமா? அந்தப் பாட்டிலும்கூட, 'பாவையுன் பேரெழிலே'யின் உயரத்துக்குப் போய்விட்டு 'எ(ல்)ந்தன் ஆவலைத் தூண்டுதடி' என்று ஒரு சொட்டு நெய் விட்டு நம்மை உருக்கிவிடுகிறார். அதேபோல உச்சஸ்தாயிகளை மூக்குவழியாக 'ஷண்முகப் ப்ரிய(ல்)ன் எ(ல்)ன்னும் தைரியமா?' என்று அவர் கேட்டுக் கடந்தால் அவ்வளவு அழகாக, உறுத்தாதவண்ணம் நியாயமாக இருக்கிறது. தானும் "சௌந்திரராஜன்" தான் என்னும் தைரியத்தில் ஆர்கெஸ்ட்ராக்காரன் இந்த குறுக்குச்சந்தை நெடுஞ்சாலையென்கிறான். மிளகாய்ப்பொடியில் எண்ணெயைக் கொஞ்சமாய் விட்டுக்கொண்டு தொட்டுக் கொள்ளச் சொன்னால் எண்ணெய்ப் போசிக்குள் இட்லியை முக்கி முக்கி எடுக்கும் 'சௌந்திரராஜன் எதிரொலி'கள் செய்யும் 'பைப்பாஸ் சர்ஜரிகள்' உங்களையும் என்னையும் தூக்கத்திலிருந்து எழுப்பிச் சிரிக்க வைக்கப் போதுமானவை. இந்தவகை 'ஹைபிட்ச் மூக்கு டெலிவரி'களை மூக்கால் ஒருமுறை 'முக்கி' மறுபடி விளக்கெண்ணெய்யில் முக்கி, 'கள்ண் போன போக்கிலே கால் போகலாமா' என்று பைரவன் பாடும்போது மனோகரண்ணன் மேடைக்குக் கீழேயிருந்து 'மூக்கு போன போல்க்கிலே பால்ட்டும் போகலாமா' என்று கிண்டலடிப்பார் , சிங்கநல்லூர் வெங்கட லக்ஷ்மி மண்டபத்தில் 'ஆஹா மெல்ல நட மெல்ல நட மேனி 'எ(ல்)னாகும் முல்லை மலர்ப்பாதம் நோகும் 'உல்ந்தன் சில்ன இடை எல்னாகும் வள்ணச் சிங்காரம் குலைந்துவிடும்' என்று பைரவன் தன்னை மறந்து பாட 'ஓஹோ'வை அவ்வளவு நக்கலாக பீடியைப் புகைத்தபடி மனோகரண்ணன் மேடைக்குப் பின்னாலிருந்து பாடியதும் ஞாபகத்துக்கு வருகிறது.

பைரவனை வைத்துக்கொண்டே "ஏந்தம்பி இந்த டியெமெஸ்ஸுக 'எள்ணிரல்டு பதினாறு வயது அவள்

கள்ணிரல்டில் ஆடுதம்மா காதல் கொள்ண்ட மனது' ன்னு மாத்தறது கூடப் பரவால்ல . . . வன்முறைல எனக்கும் உடன்பாடில்லைதான். ஆனாப் பாருங்க ரெண்டு சுழி'ன்'னும் மூணு சுழி 'ண்'னும் இல்லாத 'அம்மம்மா'வைக் கூட இந்த வெண்ணிறாடை மூர்த்திக 'அல்மல்மா தல்ம்பி எல்ன்று நல்ம்பி' னு பாடினா மன்னிப்பீங்களா? நா மாட்டன்" என்பார். ஒருநாள் ஆர்கெஸ்ட்ரா ரூமில் டி.எம்.எஸ். கோகுல்நாத் குளித்துவிட்டு வந்து பவுடரைப் போட்டுக்கொண்டே இளையராஜா குரலை முயன்று

ஒரு ஜீவல் அழைத்தது ஒரு ஜீவல் துடித்தது
இனி எனக்காக அழ வேண்டாம்
இங்கு கள்ணீரும் விட வேண்டாம்

என்று பாடினான். உடனே மனோகரண்ணன் எரிச்சலாகி "மாட்டுக்குக் கொண்டு போய் ஊத்துறா உன்ர கள்நீரை" என்றார். இசைஞானி இளையராஜா குரலின் சாயலில் பாடுகிறவர்களும் இந்த வேலையைச் செய்வார்கள். இன்னொரு விஷயமும் இருக்கிறது. அவர்களுக்கு 'ற' – வை றொம்பப் பிடிக்கும். உதாரணத்துக்கு நாடோடித் தென்றலின் 'ஒரு கணம் ஒரு யுகமாக' பாடலை, 'ஒறு கணம் ஒறு யுகமாக' என்றோ அல்லது 'ஒர்ரு கணம் ஒர்ரு யுகமாக' என்றோ மாற்றிக்கொள்வார்கள். இவர்களுக்கு எதிர்கட்சிக்காரர்கள் இசைத்தென்றல் பி.பி. ஸ்ரீனிவாஸ் குரல்காரர்கள். அவர்களது கொள்கைப்படி ரகரம் என்கிற ஒன்று கிடையவே கிடையாது. பிபிஎஸ்ஸுக்கு 'ர' – வும் 'ற' – வும் 'எங்கம்மா சத்தீமா' வராதுங்க என்பார்கள்.

'எந்தன் பதுவத்தின் கேள்விக்குப் பதிலென்ன சொல்லடி தாதா தாதா'

'இந்த மன்தத்தில் ஓதிவதும் இளம் தென்தலைக் கேட்கின்தேன்'

பாடியும் காண்பித்த பிபிஎஸ் துரையண்ணனிடம் 'மாதங்களில் அவள் மார்கழி மலர்களிலே அவள் மல்லிகை'ல 'மார்' 'மலர்' எல்லாம் தெளிவா ஸ்பஷ்டமா இருக்கேணா? என்றால் வெகுண்டெழுந்து 'பதவைகளில் அவள் மணிப்புதா' என்று பாடிக்காட்டுகிதாத். ச்சை! பாடிக்காட்டுகிறார்.

இந்தக்கொடுமை இப்படியென்றால் எஸ்பி பாலசுப்பிரமணியங் களின் வன்முறை வேறு மாதிரி. ஒத்திகை பார்ப்பதற்காக மாலை வேளைகளில் எல்லோரும் கூடிவிட்டால், தேனீரும் புகையும்

பாட்டும் கூத்துமாகப் பொழுதுபோகும். அப்படி ஒத்திகை நடந்து கொண்டிருக்கும்போது வந்த ஒருவர், கலைஞர்கள் ஒவ்வொருவரையும் பார்த்துப் புன்னகைத்தபடியே இருந்தார். ஏற்கனவே அறிமுகமானவர் போல. அத்தனை பேருக்கும் தேநீரும் பலகாரமும் தருவித்தார். அவரவர் பிராண்டு சிகரெட்டுகளும் வந்து புகையத் துவங்கியதும் எஸ்.பி தன்னைப் போலவே பாடுவதாகவும் இத்தனை நாட்களும் இந்த விஷயம் தனக்குத் தெரியாமல் போனது ஆச்சரியம்தான் எனவும் தனது மனைவி குளியலறைக் கதவருகே வந்தபோது இதைக் கண்டு சொன்னார்கள் என்பதையெல்லாம் விவரித்துவிட்டு 'எனக்கொரு டெஸ்ட் எடுத்துருங்க சார்' என்றார். டாக்டரிடம் சொல்வது போல.

வயரை ஆம்ப்பில் செருகி மைக்கை அவர் கையில் கொடுத்த மனோகரண்ணன், பரிசோதனைக்கு வந்த பாடகர் அதனை ஆசையாகப் பார்த்த விதத்தைப் பார்த்து 'எனக்கென்னமோ சந்தேகமா இருக்கு' என்றபடி வெளியே வந்தார். 'சார் நான் பாடப் போற இந்தப் பாட்டு என்ர மனைவிக்கோசரம்' என 'டெடிகேட்' செய்துவிட்டுத் தொண்டையைச் செருமிக் கொண்டார் பரிசோதனைப் பாடகர். 'ஓ மை காட் சங்கரா என்னைச் சோதிக்காதே' வானத்தைப் பார்த்து மிரட்டிக் கொண்டிருந்தார் மனோகரண்ணன்.' சற்றைக்கெல்லாம் அறையின் உள்ளிருந்து யாரோ வாந்தி எடுப்பது போல 'அவ் . . . புவ்ஞ்' எனச் சத்தம் வரவும் பதறியடித்துக் கொண்டு உள்ளே போனோம். அங்கே பாடகர் காற்றில் ஏதோ அபிநயம் மாதிரி செய்துவிட்டுத் திரும்பவும் மைக்கில் வாந்தி எஃபெக்ட் கொடுத்தார். மீண்டும் மீண்டும் இதே காட்சி. 'ஆல்மைட்டீ காட் சங்கரா நீ என்னைக் கொலை செய்யச் சொல்றியா . . . ம்?' என்று விரல் நீட்டி வானத்தைக் கேள்வி கேட்டுக் கொண்டிருந்தார் மனோகரண்ணன். பாடகர் பாடுவதாக நினைத்துக் கொண்டிருந்த பாட்டு, 'அழகோவியம் உயிரானது புவி மீதிலே நடமாடுது' எனத் துவங்கும் பாடல். பிரச்சினை என்னவென்றால் எஸ்.பி.பி பாடகர்கள் பலரும் எஸ்பிபி குரலின் சாயலை வெளிப்படுத்த வேண்டி ஒவ்வொரு வார்த்தையின் துவக்கத்திலும் அடித் தொண்டையிலிருந்து ஒரு 'வாரு' வாரிக் கொண்டு வருவார்கள். பலகுரல் கலைஞர்கள் 'பூர்ணம் விஸ்வநாதன்' குரலை முயல்வது போல. 'அந்த நுட்பம்' சரியான விகிதத்தில் அமையாமல் போனதால்தான் நமது பரிசோதனைப் பாடகருக்கு அழ . . . உயி . . . புவி . . . நட . . . என்று வாந்தி எடுப்பது மாதிரி முதலிரண்டு

எழுத்துக்கள் மட்டும் அதிக ஓசையுடனும் மீதிக்கு 'வெறும் காத்தும்' வந்திருக்கிறது. குரலைத் திறம்பட வெளிப்படுத்தும் நுணுக்கங்களைச் சொல்லித் தருகிற நிபுணர்கள் மெல்லிசைக் குழுக்களிலும் உண்டல்லவா. மனோகரண்ணன் அந்தப் பதவியை எடுத்துக் கொண்டார். ஸார் தொண்டைலருந்து பாடக் கூடாது தொப்புள்லருந்து பாடணும். அப்புறம்... எஸ்.பி பாவம் அவரை விட்டுடுங்க பொழைச்சுப் போகட்டும்' என்ற மனோகரண்ணன் ஒரு ஐடியாவையும் கொடுத்தார் 'ஹரிஹரன் வாய்சுல ட்ரை பண்ணுங்களேன் உங்க வாந்திய.'

புளிசேரி

ஆறுச்சாமியண்ணனைப் பொறுத்தவரையில் உலகத்திலேயே மிகச் சிறந்த வேலை ஆர்கெஸ்ட்ராவில் பாடுவதுதான். அதிலும் டி.எம்.எஸ். குரலில் பாடுவது. அவரது உலகத்தில் ஆர்கெஸ்ட்ராக்களைத் தவிர எதுவுமில்லை. உலகம் ஒரு ஆர்கெஸ்ட்ரா, அதில் ஆண்களெல்லாம் சௌந்திரராஜன்கள். பெண்களெல்லாம் சுசீலாக்கள். பாவப்பட்ட எஸ்பிக்களும் ஜானகிகளும் இருக்கத்தான் செய்கிறார்கள். பாவம் வாழ்ந்துவிட்டுப் போகட்டும். கையில் எந்நேரமும் ஒரு ரெக்ஸின் பை, அதனுள்ளே பாட்டு டயரி, அப்புறம் பெரிய ஃப்ரேம் மூக்குக் கண்ணாடி. இது போதாதா இந்த வாழ்க்கைக்கு? ஆறுச்சாமியண்ணன், டயரி ஸ்டாண்ட் வைத்திருக்கிற 'வசதி'யான குழுக்களுக்குப் போனாலும் ஸ்டாண்டில் வைக்காமல் இடதுகையில் டயரியைத் தூக்கிப் பிடித்தபடி அதன் நடுமுதுகில் ஆட்காட்டி விரலால் தாளம் போட்டபடி பாடுவார். ஒவ்வொரு அட்சரத்திற்கும் சரி சரியென்பது போல் தலையாடும். விரலும் தலையும் ஒரே கதியில் சேர விழிமூடிப் பாடுவார்.

"சின்னஞ் சிறிய வண்ணப் பறவை எண்ணத்தைச் சொல்லுதம்மா".

அவரை வழியில் பார்த்து 'அப்புறம்... ஆறுச்சாமி... கச்சேரிக்கு போயிட்டு வந்தாச்சா..?'

சம்பிரதாயத்துக்கு ஒரு கேள்வி கேட்டால் அதற்கு ஆறுச்சாமியண்ணன் என்னத்தைச் சொல்லிவிடப் போகிறார் என்று நினைத்துவிட முடியாது. ஒரு கேள்விக்கு எத்தனை பதில்கள் சொல்லுவார் தெரியுமா?

'ஆங் . . . நேத்து . .'

'கோத்தகிரி போயிருந்தோம்'

'பார்ட்டி என்னா கவனிப்பு தெரீமா?'

"அடுத்த தடவையும் நீங்களேதான் வரணுனு அட்வான்ஸ் குடுத்துட்டாங்க"

அப்படியே எந்த ஸ்டேஷனிலும் நிற்காமல் ஓடும் ரயில் வண்டி. ஆர்கெஸ்ட்ராக்காரர்களில் இந்த விபரம் தெரிந்தவர்கள் ஆறுச்சாமியண்ணனைப் பார்த்தால். 'அப்புறம் . . . கச்சேரி . .?' என்று கேட்டு அப்படியே விட்டுவிடுவார்கள். அண்ணன் 'ஆங் நேத்து . . . முந்தா நாளு . . . போனவாரம் புதன் கிழமை' என்று தான் கலந்து கொண்ட நிகழ்ச்சிகளைப் பட்டியலிடுவார். உறுதியாக அரைமணி நேரம் பொழுது போகும். சமீபத்திய கச்சேரிகளில் என்னென்ன பாடினார், அன்பளிப்பு எவ்வளவு வந்தது, கமிட்டிக்காரர்கள் என்ன சொன்னார்கள், யார் யாருக்குள் லைன் ஓடுகிறது, எவெனெவன் எந்தெந்த பேனரில் எவ்வளவு அட்வான்ஸ் வாங்கியிருக்கான். தானறிந்த எல்லாவற்றையும் சொல்லிவிடுவார். 'கர்ச்சீஃப்' கேட்டாலும் 'கச்சேரி' என்றுதான் அவருக்குக் கேட்கிறது. அட ஆமாம். நானே பார்த்திருக்கிறேன். கேசவேட்டன் வீட்டுக் கச்சேரி முடிந்து சாப்பிடும்போது பந்தியில் விளம்பிக் கொண்டிருந்தவர், ஆறுச்சாமியண்ணனிடம் 'புளிசேரி?' என்றவுடனே 'ஆங் நேத்து . . . போன வாரம் செவ்வாக்கெழமெ பண்ணாரியம்மங் கோயில்ல . . .' எனத் தொடங்கிவிட்டார். பாவமாகவும் இருக்கிறது. சிரிப்பும் வருகிறது. ஒருவேளை ஆறுச்சாமியண்ணனுக்குக் காது கேட்கவில்லையோ? ஆனால் கச்சேரிகளில் துல்லியமாகப் பாடிவிடுகிறாரே? காது கேட்கவில்லையென்றால் ஸ்ருதி எப்படி சேரும்? குழப்பமாகத்தான் இருக்கிறது.

ராஜகோபால் எனக்கு அவரது நண்பரிடமிருந்து பணம் வாங்கித் தருவதாகச் சொல்லியிருந்தார். அப்படிச் சொல்லிவிட்டு அவரேதான் தருவார். மனோகரண்ணனிடம் குடிக்கக் காசில்லாதபோது ராஜகோபால் கடன் கொடுத்து

உதவுவார். அந்தத் தொகையிலேயே அவரும் குடிப்பார். கிளம்பும்போது மறக்காமல் இவ்வளவு பாக்கி என்று சொல்லி நினைவுபடுத்திவிட்டும் போவார். ராஜகோபாலுக்கு 'உப்பு' கோபால் என்றொரு பெயருமிருந்தது. பணத்தைக் கடன் கொடுப்பதற்கு முன் உப்பில் வைத்து வேண்டிக்கொள்வாராம். வாங்கியவர்கள் அவ்வளவு சீக்கிரம் அசலைக் கொடுக்க முடியாதாம். கடைசி வரைக்கும் வட்டியைக் கட்டிக்கொண்டே இருக்க வேண்டியதுதானாம். அது உண்மைதானா என்பது கடைசி வரைக்கும் எனக்குத் தெரியாமலே போனது. ராஜகோபாலுக்கு ஒரு ஏக்கம் இருந்தது. யாராவது அவருடைய பாடலுக்குக் கைகளைத் தட்டிவிடமாட்டார்களா என்பதுதான் அது. சிவப்புச் சீலைக்காரியின் மடியில் அமர்ந்துகொண்டு வெள்ளைச்சீலைக்காரி ஓரக்கண்ணால் தன்னைப் பார்த்துவிட மாட்டாளா என்றேங்கும் ராஜகோபால் தாம் ஒரு கலாரசிகர் என்பதாகக் காட்டிக் கொள்வார். யாராவது பாடினால் தப்புத்தப்பாகத் தாளம் போட்டுக் கேட்பதாக நடிப்பார்.

வருமானவரி அலுவலகத்துக்கு அருகே ராஜகோபாலும் நானும் அவரது 'நண்பர்' வரக் காத்திருந்தபோது அந்தப் பக்கமாக ஆறுச்சாமியண்ணன் வந்தார். சாலையோரம் கட்சிக் கூட்டத்துக்காகத் தயாராகிக் கொண்டிருந்த மேடையருகிலிருந்து ஒலித்துக் கொண்டிருந்த 'மூன்றெழுத்தில் என் மூச்சிருக்கும்' பாடலை, என்னவோ தானே பாடியது போல பெருமிதமாகக் கேட்டுக்கொண்டே 'எப்புடி' என்கிற மாதிரி டி.எம். எஸ்ஸைக் கண்களால் சுட்டிக் காட்டியபடியே வந்த ஆறுச்சாமியண்ணனுக்குள்ளிருந்த பைத்தியத்தைக் கண்டு கொண்டேன். இந்தக் கிறுக்கனுக்கு ஒரு முத்தம் கொடுத்தாலென்னவென்று தோன்றிய கணத்தில் சௌந்திரராஜன் ஸ்பீக்கருக்குள்ளிருந்து 'கடமை அது கடமை' என்றார். 'உப்பு' கோபால் என்னிடம் 'இந்தாள்ட்ட எதக் கேட்டாலும் ... கச்சேரி நாயந்தான் பேசுவான், நீ வேண்ணா பாரு' என்றார். ஆறுச்சாமி பக்கத்தில் வந்ததும் 'வெடுக்'கென்று

"அப்புறம் ஆறுச்சாமி! பொச்ச... நக்கியாச்சா?"

என்று கருமக்கன்றாவியாகக் கேட்டார். பாவம் ஆறுச்சாமியண்ணன், பாட்டுச்சத்தத்தில் கேள்வி புரியாமல் வழக்கம் போலவே கச்சேரியைப் பற்றிக் கேட்பதாக நினைத்து

"ஆங்... நேத்து ...கோபிச்செட்டிபாளையம் போயிருந்தோம்" என்று தனது புராணத்தைத் துவங்க

'ஓ . . . அவ்ளொ தூரம் போயீ' ராஜகோபால் சிரிக்கத் தயாரானார்.

'நாளைக்கு லோக்கல்தான் நீயும் வரியா . . .

"ஹா ஹா நானா ஹஹ்ஹஹஹ்ஹா ம்ஹீம்"

'முந்தா நாளு ஊட்டிக்கு போயிருந்தென்'

'விடிஞ்சே போச்சு, எட்டரக்கித்தான் வந்தொம்'

"மூணு மணி நேரமாச்சு முடிக்கலான்னு பாத்தா உடவே மாட்டேன்ரானுக . . ."

'நான் ஒரே ஆளுதான் இருந்தேன் . . . அப்புறம் என்ன பண்றது? . . . சமாளிச்சுட்டேன்'

'சதீசுக்கு நானும் விசுவானும் இருந்தாப் போதும்'

'கண்டதைத் திங்காம, தொண்டை கட்டாம பாத்துக்கணும் அவ்ளோதான்'

'நாந்தா சுடுதண்ணி வெச்சிருப்பனே . . . கல்லுப்பு போட்டு கொப்ளிச்சுக்குவேன்'

ஆறுச்சாமியண்ணன் வழக்கம் போல் பட்டியலிட ஏடாகூடமாகப் பொருந்திப்போன ஒவ்வொன்றுக்கும் கண்ணில் நீர் வரக் கெக்கலித்தார் ராஜகோபால்.

'போனவாரம் ஜெயந்தீது'

"அய்யய்யோ! யப்பா கடவுளே வயிறு வலிக்குதுய்யா யோவ்" குத்தவைத்துக் கீழே உட்கார்ந்து சிரித்த ராஜகோபாலை எனக்கு 'அந்த' வார்த்தையிலேயே திட்ட வேண்டும் போலிருந்தது.

'நமக்கென்ன ராஜகோபாலு? நானூறு தருவாங்க'

'மண்டபத்துல நேரமா முடிஞ்சுருச்சுனா ஒப்பனுக்கு போயி இன்னொரு மீட்டரையும் ஓட்டிர்லாம்"

'எப்புடியும் பத்து பத்தரையாயிருமல்ல தொடங்கறதுக்கு . . . என்னங்கற?'

ஆற்றாமையில் கண்ணீர் கோத்துக்கொள்ள, ராஜகோபால் மேலிருந்த கோபத்தில், உளறிக் கொட்டிக் கொண்டிருந்த

ஆறுச்சாமியைப் பார்த்து 'யோவ், போதும் உன்ர கச்சேரி புராணம் மூட்டு கௌம்புய்யா' என்றபோது என் முகம் ரொம்ப விகாரமாயிருந்திருக்க வேண்டும். சூடு பட்டது போல முகம் சுண்டிய ஆறுச்சாமி

"பாத்தியா ... ராஜகோபாலு ... வயசுக்கு மரியாதையில்லாமப் போச்சு . . . சதீஷ¬கிட்ட இந்தப் பையன் வர்றபோது 'ஒரு பாட்டு' பாடீட்டுருந்தான் ... பெரிய பேனருக்குப் போறமுங்கற திமிரு . . . 'நாளை நமதே' பாடறபோது கூடப்பொறப்புன்னு நெனச்சுத்தாம் பாடறோம் . . . இதுகளப் பாத்தியா? காலம் கெட்டு மண்ணாப் போச்சு ராஜகோபாலு"

முகத்தைப் பார்க்காமல் பெருமூச்சு விட்டவராக நடந்தார். ராஜகோபால் சிரித்துக்கொண்டே இருந்தான். கொடூரமான சிரிப்பு. கட்சிக் கூட்டத்து ஸ்பீக்கரிலிருந்து 'வயிறு வலிக்கச் சிரிப்பவர்கள் மனித ஜாதி' என்றார் டிஎம்எஸ்.

திம்ஸு

‘நான் யாரு எனக்கேதும் தெரியலயே என்னக் கேட்டா நாஞ்சொல்ல வழியில்லையே’ மேசன் சோமனுக்குப் பாட்டுதான் உயிர். விடியக்காலையில் கூலிமுக்கில் நின்று வருகிற ஆட்களிடமெல்லாம் ‘மம்பட்டியாளுங்களா, மேசன் வேணுமா’ அவனவன் வேலையைப் பிடிக்க முனைப்பாய் இருக்கும்போது சோமன் மட்டும் பாட்டு கேட்டபடி நிற்பான். ‘கரைட்டா ஜனனி முடிஞ்சு காமாச்சி வரய்ல’ வேல வந்துரும் நம்பி நிற்பான். அதேபோல வரவும் செய்யும். மிஸ்ஸானால் ‘முருகனை நினை மனமே’ முடியறதுக்குள்ள. அதுவும் மிஸ்ஸானால் ‘கடலுக்கு நான் செய்யும் திருமஞ்சனம்’ முடியறதுக்குள்ள. வேலைக்குப் போகிற இடத்திலும் ‘எடுத்து நான் விடவா என் பாட்டை தோழா தோழா’ பாக்கெட்டுக்குள் யாராவது பாடிக்கொண்டிருந்தால் இவன் பாட்டுக்குச் சாந்தை அள்ளியள்ளிப் பூசிக்கொண்டே இருப்பான். முழு நாளுக்கும் இழுத்துப் பூச வேண்டியதை அரை நாளில் முடித்துவிட்டுக் கரண்டியைக் கழுவிவிடுவான். இடம் பிடித்திருந்தால், ‘பாத்தர செல்ப்ப மாட்ட, துணி காயற கம்பியக் கட்ட, எலி வார பொந்தெ அடெக்ய, தண்ணித் தொட்டிய

சுத்தம் பண்ண'னு அவனாக எதையாவது உபயோகமாய்ச் செய்து கொடுப்பான். அவனுக்கு இருட்டுவதற்குள் வீடு போய்ச் சேர்ந்துவிட வேண்டும். வீட்டில் 'ரெண்டுசுரா அந்தப் புள்ள' காத்திருக்கும். 'வீணைக்கு வீணைக்குஞ்சு நாதத்தின் நாதப்பிஞ்சு விளையாட இங்கு வரப்போகுது'

ஏழரை மணிக்கு மொட்டைத்தலையாக ஓராள் வந்தான். 'இந்த மொட்டயன எங்கியெொ பாத்துரக்கனே' யோசித்த சோமனிடத்தில் மொட்டை வந்து

'மேசன் வேணும் பூசனும்' என்றான். பாட்டு மாரியே இருக்குது? ஆ நெனப்புக்கு வந்துருச்சு துபாய்க்காரக்கா பொண்ணு காது குத்துல காதலு ஓவியொ பாடீட்ருந்தானல்ல அந்தாளுதானது?

'பூசிர்லாம் எங்கீங்க?'

'மேட்டுக்காட்ல'

'எள் நூர்வா''

'அய்யோ அர்னூரு''

'இல்லீங்க எல்லாம் எள்னூத்தம்பது வாங்கராங்க சித்தாளுக்கே ஐனூத்தம்பது கேக்ராங்க'

'சரி அர்னூத்தம்பது வாங்கிக்கங்க உட்காருங்க'

பைக்கில் ஏறிக்கொண்டு போய்ப் பார்த்தால் அதுவேதான். ஆக்கெஸ்ட்ரா ரூம்பு தான். 'உள் ரூமைத்தட்டித் தளம் போடணும்' என்ற மொட்டையைத் தாண்டி உள்ளே பார்த்துவிட்டுச் சோமன் 'நாலு மூட்டை சிமிட்டி, நாப்பது சட்டி மலணு, ஒரு தொட்டி தண்ணி வேணும்'

'நாலுமூட்டை சிமெண்ட்டா?'

'உள்ள வாங்க' உள்ளே போனதும் குரலைத் தாழ்த்தி 'உங்க பேரென்ன?'

'சோமனுங்க ஏங்க'

'உஷ் சத்தமாப் பேசாதீங்க' சோமனுக்கு மகா குழப்பமாக இருந்தது.

ஏங்க பேசறதச் சத்தமாப் பேச வேண்டான்னா அப்பற வேல எப்புடி செய்யறத?

தா இந்த ஜாலதாரி செவுத்த இடிக்கோணு, திம்ஸு போடோணு சத்தம் வரத்தாஞ் செய்ங் இப்புடி சொன்னா எப்புடி?

‘அய்யோ, சோமன் வாங்க டீ சாப்ட்டு வர்லாம்‘

‘இதென்ன கருமம் வேலயத் தொடங்காம டீ சாப்புடப் போலாங்கரான். கெரகத்த காசு வருமா. ச்சே பேசாம சுப்பாங்கூடப் போயிருக்கலா’

பேக்கரியில் டீயும் பக்கோடாவும் வாங்கிக் கொடுத்துவிட்டு “தம்மடிப்பீங்களா”

‘இல்லீங் ஆன்ஸு இருக்குதுங்’

‘ஓ’

‘அது வந்துங்க சோமன், நம்ம எடத்துல பிரச்சனை இருக்குது, நம்மள இங்கிருந்து கெளப்பலான்னு பாக்கறாங்க சரிங்களா . . . கேஸு போட்ருக்குதுங்க’

‘செரிங்’

‘நாம வேல செய்யறது வெளிய தெரிஞ்சா பிரச்சனை யாயிரும். ஆச்சுன்னாலும் பாத்துக்கலாம். நாம ஒண்ணும் கொல குத்தமெல்லாஞ் செய்யலன்னாலும் சும்மா நேரம் போகாமா வம்பிழுப்பானுக . . . சொந்தக்காரனுகதான் சண்டை போட வேண்டான்னு பாத்தேன்’

‘ம்ம்’

‘கச்சேரியெல்லா பழைய மாரி இல்லீங் சோமன். கொழந்தைகளுக்குக் கீ போர்டு வாசிக்கக் கத்துக் குடுக்கலாமான்னு பாத்தேன். மாசமானா ஃபீஸாவது கெடைக்கும் அதான் தரைய மட்டுமாச்சும் பூசிட்டம்னா பரவால்லன்னுதான்”

‘எரவானத்து ஓடெல்லா இத்துப் போச்சுங்’

‘ஹூம் . . . மாத்தணும் . . . சோமன் . . . ஒவ்வொன்னா மாத்தணும்’

சோமன் சட்டையைக் கழற்றியதும் மொட்டை வந்து பணத்தை நீட்டி ‘இந்தாங்க சோமன் இதுல அர்னூத்தம்பது ரூவா இருக்கு’

‘அய்ய என்னங் இன்னு வேலயே தொடங்கல அதுக்குள்ளாற’

‘அதுனால என்னங்க சோமன் வெச்சுக்குங்க. வேல முடிச்சதுக்கு அப்பறம் குடுக்கறத இப்பவே குடுக்கறன் அவ்ளோ தான’

சோமனுக்கு என்னவோ போலாகி விட்டது.

‘செட்டு இருக்குங்களா’

‘என்ன கேட்டீங்க சோமன் செட்டா?’

‘டேப் ரிக்காடுங், பாட்டு ஓடுமில்லீங்’

‘ஓ எங்கிட்ட சிஸ்டம் இருக்கு சோமன் அதுல கேட்கலாம் போடவா’

‘நெல்லா சவுண்டு வருமுங்களா’

‘ஓ வருமெ’

‘விருமாண்டி இருக்குதுங்களா?’

‘ஆஹா இருக்கு சோமன். இளையராஜா ஃபேனா நீங்களும்?’

‘போடுங்க சொல்றேன்’

சோமன். திம்ஸுக்கட்டையை ஓரமாய்ச் சரித்து வைத்தான்

ஈச ஈசானே . . . ஈசக் கரையானெ . . .
ஒப்பனு ஆத்தாளும் செத்துக் கெடக்காங்க
அங்கிட்டு போனீனா . . .ரெக்கைய பிப்பாய்ங்க
எங்கிட்ட ஓடியா . . . எங்கிட்ட ஓடியா

பாட்டுக்குத் தலையை ஆட்டியபடி நடந்த சோமன்,

லுங்கியை மடித்துக் கட்டி சின்னக் கடப்பாரையைக் கையிலெடுத்துக் கொண்டான்.

சண்டியரே சண்டியரே
ஜிம் . . . ஜிண்ட ஜிம் . . . ஜிண்ட ஜிம் . . . ஜிண்ட ஜிண்ட . . . ஜிண்ட . . .

தாளத்துக்கேத்தபடி கடப்பாரையை இறக்கினான்.

சண்டியரே சண்டியரே கண்ணு போட்டேன் ஓங்க மேல
ஒண்டியில நிக்குறனே கண்டு ஹொள்ளுங்க . . .

விருமாண்டியும் அன்னலட்சுமியும் அறைக்குள் நடமாடினார்கள். 'ரெண்டே நிம்சம்'தான்! குட்டிச்சுவர் தரைமட்டமானது. கடப்பாரையை வைத்துவிட்டுத் திம்ஸை எடுத்துக் கொண்டான். இந்த முறை அறைக்குள் சோமனும் அந்தப்புள்ளயும் நடனமாடினார்கள்.

அங்கிட்டு போனீனா . . . ரெக்கைய பிப்பாய்ங்க
எங்கிட்ட ஓடியா . . . எங்கிட்ட ஓடியா

தொம் . . . தித்த தொம் . . . தித்த . . .தொம் . . . தித்த தித்த . . . தித்த . . .

சோமனது கடப்பாரையும் திம்ஸும் களிநடம் புரிவது வெளியே யாருக்கும் தெரிந்துவிடாதபடி மனமறிந்த சித்தாளாக இளையராஜா உடனிருந்து பார்த்துக்கொள்ள வேலையில் அப்படியே ஒன்றிப்போனான் சோமன்.